சினிமா சினிமா

சினிமா சினிமா

சாரு நிவேதிதா

சினிமா சினிமா

First Edition : 2008
First Edition by Ezutthu Prachuram : March 2019
(An imprint of Zero Degree Publishing)
ISBN: 978 93 87707 54 2
Title No. EP: 48

Zero Degree Publishing
No. 55(7), R Block, 6th Avenue,
Anna Nagar,
Chennai - 600 040

Website : www.zerodegreepublishing.com
E Mail : zerodegreepublishing@gmail.com
Phone : 98400 65000

Layout: Creative Studio
Cover Art : Art Muneeswaran

R.P. ராஜநாயஹத்துக்கு…

உள்ளே

நான் நான்தான்

போலிஷ் மொழியில் Jestem என்றால் நான் என்று பொருள். Dorota Kedzierzawska இயக்கிய *Jestem* (2005) என்ற போலிஷ் படத்தை நேற்று பார்த்தேன்.

காவல் நிலையத்தைப் போல் தோற்றமளிக்கும் ஒரு விசாரணை அறையில் ஒரு அதிகாரி ஒரு சிறுவனை விசாரிக்கிறார்.

"நீ யார்? உன் பெயர் என்ன?"

"நான் நான்தான்" என்கிறான் சிறுவன்.

இப்படியாகத் துவங்குகிறது படம். ஒரு அநாதை விடுதியிலிருந்து 11 வயதான சிறுவன் ஒருவன் தப்பித்து வெளியேறுகிறான். விடுதியில் எல்லோரும் அவனை அவமானப்படுத்துகிறார்கள். விடுதியின் செவிலி அவனை அடிக்கவும் செய்கிறாள். சிறுவனை எல்லோரும் *Mongrel* என்று அழைக்கின்றனர். மாங்க்ரல் - அப்பன் பெயர் தெரியாத தெருநாய். விடுதியிலிருந்து தப்பிக்கும் மாங்க்ரல் நீண்ட தூரம் பயணம் செய்து தன் தாயிடம் வந்து சேர்கிறான். அவள் ஒரு குடிகாரி. மாங்க்ரல் அவளுடைய வீட்டுக்கு வந்து சேரும்போது அவள் யாரோ ஒருவனுடன்

படுத்துக் கிடக்கிறாள். வீட்டை விட்டு வெளியேறும் அவனை ஓடி வந்து கட்டியணைத்து முத்தமிடுகிறாள் அவள். என்னால் தனியாக இருக்க முடியவில்லை; நான் என்ன செய்வது என்று சொல்லி அழுகிறாள். மாங்கரல் அவளை வெறுப்புடன் தள்ளி விடுகிறான். அவளுடைய இரவு ஆடை கலைந்து நிர்வாணமாகத் தெரியும் அவளைக் கடித்து விட்டு ஓடி விடுகிறான். அவள் அவனை அசிங்கமான வார்த்தைகளால் திட்டுகிறாள்.

அந்தச் சிற்றூரின் சிறுவர்கள் அனைவரும் அவனை அடிக்க ஆயுதங்களுடன் துரத்துகிறார்கள். கிடைத்தால் அவன் உயிரே மிஞ்சாது என்ற அளவுக்கு இருக்கின்றன அந்தக் காட்சிகள். அந்த ஊரிலுள்ள நதிக்கரையில் கிடக்கும் ஒரு பாழடைந்த படகில் தங்கிக்கொள்கிறான். பசியும் குளிரும் கடுமையாக இருக்கிறது. ஒரு ரொட்டிக் கடைக்கு வருகிறான். ஒரு பெண்ணின் பெயரைச் சொல்லி "அவள் எங்கே?" என்று கேட்கிறான். "அவள் இப்போது கடவுளுக்கு ரொட்டி சுட்டுக் கொண்டிருக்கிறாள்" என்று கிண்டல் செய்கிறார்கள் அந்த ரொட்டிக் கடைப் பெண்கள். மாங்க்ரலுக்குப் புரியவில்லை. "அவள் சொர்க்கத்துக்குப் போய் விட்டாள்" என்று கூறி மறுபடியும் நகைக்கிறார்கள். அப்போது ஒருத்தி "இந்தப் பொடியனுக்கு அவள் இலவசமாக ரொட்டி கொடுத்துக் கொண்டிருந்தாள்" என்று சொல்ல மீண்டும் சிரிப்பு. அப்போது இடைமறிக்கும் மற்றொருத்தி "இவனுடைய அம்மா யார் தெரியுமா?" என்று சொல்ல ஆரம்பிக்கும்போது மாங்க்ரல் அங்கிருந்து வெளியேறுகிறான்.

ஒருநாள் அந்தப் பாழடைந்த படகில் கிடக்கும் தகர கேன்களை எடுத்து வந்து விற்றுச் சாப்பிடலாம் என்று பார்க்கிறான். ஆனால் அன்று ஞாயிற்றுக்கிழமை. கேன்களை விற்க முடியவில்லை. ஒரு ரொட்டிக் கடையின் கண்ணாடி ஜன்னலை உடைத்து ரொட்டியை எடுத்துச் சாப்பிடுகிறான். அதற்குப் பிறகும் அவ்வப்போது தகர கேன்களைப் போட்டு காசு வாங்கிப் பசியாறுகிறான். அப்போது ஒரு கடையில் சூப் குடித்து விட்டு காசு கொடுக்கும் போது அந்தப் பணிப்பெண் "காசு வேண்டாம்" என்று சொல்ல, வற்புறுத்தி காசை வைத்து விட்டுச் செல்கிறான் மாங்க்ரல். "ஏய், மீதியை வாங்கிக்கொண்டு போ"

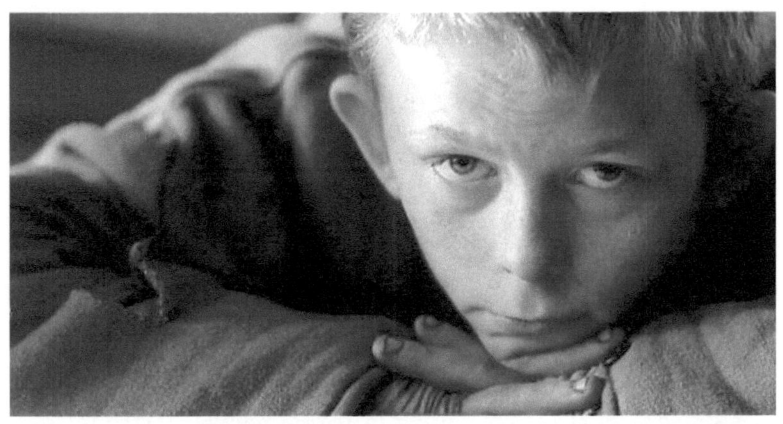

என்று அவள் கத்த, “நீயே அதை டிப்ஸாக வைத்துக் கொள்” என்று சொல்லிவிட்டுச் செல்கிறான். ஒருநாள் தகர கேன்களை எடுத்துப் போகும்போது கடைக்காரக் கிழவன் “இன்று பணம் இல்லை. வேண்டுமானால் இந்தப் பூனைக் குட்டிகளில் ஒன்றை எடுத்துச் செல்” என்று சொல்ல, வேண்டாம் என்று மறுத்து விட்டு வெறும் கையுடன் திரும்புகிறான். அப்போது அந்தக் கடைக்கு வரும் ஒரு ஆள் மாங்க்ரலைப் பார்த்து “உன் அம்மா ஒரு சூப்பர் கட்டை” என்று நக்கலாகச் சொல்கிறான். இதற்கு முந்தின வேறொரு காட்சியில் அந்த ஆளை ஊர்ச் சிறுவர்கள் நையாண்டி செய்ய, அவன் அவர்களிடமிருந்து சிரமப்பட்டு தப்புகிறான். கிட்டத்தட்ட ஒரு பைத்தியத்தைப் போன்ற ஒரு விளிம்புநிலை மனிதன் அவன்.

மற்றொரு சமயம், மாங்க்ரல் கேன்களை எடுத்துக் கொண்டு அந்தக் கடைக்கு வரும்போது அந்தப் பூனைக் குட்டிகளைக் காணவில்லை. அதையெல்லாம் ஆற்றில் போட்டு விட்டதாகக் கூறுகிறான் கிழவன்.

“இங்கே நம்மை கவனித்துக்கொள்வதற்கே நம்மால் ஆகவில்லை; அதையெல்லாம் வைத்து வளர்த்து யார் சாப்பாடு கொடுப்பது?” என்று கேட்கிறான் கிழவன். “இப்படி நீ அந்தக் குட்டிகளையெல்லாம் ஆற்றில் போட்டுச் சாகடிப்பாய் என்று தெரிந்திருந்தால் எல்லாவற்றையும் நானே எடுத்துக்கொண்டு

போய் வளர்த்திருப்பேனே" என்கிறான் மாங்க்ரல்.

படம் நெடுகிலும் மாங்க்ரலுக்கு சுய இரக்கம் என்பதே ஏற்படுவதில்லை. ஒரு பிய்ந்துபோன ஷூவைப் போட்டுக்கொண்டே அலைகிறான். ஒருநாள் குப்பையைக் கிளறும்போது கிடைக்கும் செலோ டேப்பைக் கொண்டு அந்த ஷூவை ஒட்டி விட்டு "இது கூட ஸ்டைலாகத்தான் இருக்கிறது" என்று ரசித்துக் கொள்கிறான்.

அவன் தங்கியிருக்கும் படகுக்கு எதிரே இருக்கும் ஒரு பெரிய வீட்டிலுள்ள 9 வயதுப் பெண் மாங்க்ரலைக் காதலிக்கிறாள். மாங்க்ரலுக்கு அப்போது 14 வயது. அவளுடைய பற்கள் அசிங்கமாக இருப்பதால் அவளும் மாங்கரலைப் போலவே ஒரு புறக்கணிக்கப்பட்ட பெண்ணாக வளர்கிறாள். அவர்களுடைய முதல் சந்திப்பின் போது அவளைப் பார்த்து "நீ என்ன குடித்திருக்கிறாயா? அல்லது பைத்தியமா? ஏன் ஒரு மாதிரியாகப் பேசுகிறாய்?" என்று கேட்கிறான் மாங்க்ரல். பிறகுதான் தெரிகிறது, அவள் கஞ்சா புகைப்பவள் என்பது. தொடர்ந்து அவளைப் போன்ற சிறுவர்கள் கஞ்சா புகைக்கும் காட்சி வருகிறது.

ஒரு காட்சியில் அந்தச் சிறுமி "நீ என்னை முத்தமிடு" என்கிறாள். முதலில் மறுக்கும் மாங்க்ரல், பிறகு அவள் நெற்றியில் முத்தமிடச் சம்மதிக்கிறான். "உதட்டில்தான் முத்தமிட வேண்டும். அப்படித்தானே பெரியவர்கள் முத்தமிட்டுக் கொள்கிறார்கள்?" என்று கேட்கிறாள் அவள். முடியாது என்கிறான் மாங்க்ரல். அவள் தன்னுடைய அசிங்கமான பற்களின் காரணமாகத்தான் அவன் முத்தமிட மறுப்பதாக நினைக்கிறாள். "என் வாழ்க்கையில் என்னை யாருமே முத்தமிடப் போவதில்லை" என்கிறாள். முத்தமிடாவிட்டாலும் அவர்கள் 'காதல்' தொடர்கிறது.

ஒருநாள் மீண்டும் ஒருமுறை தன் அம்மாவைப் பார்க்கச் செல்கிறான் மாங்க்ரல். அப்போது அவள் தன் காதலனுக்காகக் காத்துக்கொண்டிருக்கிறாள். "நீ இனிமேல் இங்கே வராதே; தயவுசெய்து வராதே. உன்னை அவனுக்குப் பிடிக்காது" என்று அழுதுகொண்டே கூறுகிறாள். வெளியே வரும்போது எதிர்ப்படுகிறான் பழைய சாமான் கடையில் பார்த்த அந்த

ஆள். அவன் மாங்க்ரலை அடிக்க வருகிறான். "அடி என்னை; அப்போதுதான் நீ நிதானம் அடைவாய்" என்கிறான் மாங்க்ரல். அவன் இவனை அடிக்காமல் "நான் உன் அம்மாவைப் புணர்ந்து கொண்டிருக்கிறேன்" என்று சொல்லிச் சிரித்துவிட்டுப் போகிறான்.

நேராக நதிக்கு வரும் மாங்க்ரல் நதியில் விழுந்து தற்கொலை செய்து கொள்ள முயற்சிக்கிறான். ஆனால் முடியவில்லை.

ஒருமுறை அந்த எதிர்வீட்டுப் பெண்ணிடம் மாங்க்ரல் "நான் இங்கே தங்கியிருப்பதை யாரிடமும் சொல்லி விடாதே" என்று சொல்லும்போது அவள் சிரித்துக்கொண்டே "நீ இங்கே இருப்பது ஊரில் யாருக்கும் தெரியாது என்றா நினைத்துக்கொண்டிருக்கிறாய்? எல்லோருக்கும் தெரியும். 'ஏழையாக இருப்பது குப்பைக்குச் சமானம்' என்று உன்னைப் பற்றி என் அப்பா சொல்லுவார்" என்கிறாள். மாங்க்ரலுக்கு அவள்தான் தினமும் யாருக்கும் தெரியாமல் ரொட்டி கொண்டுவந்து கொடுக்கிறாள். அவளுக்கும் அவனுக்கும் உள்ள நெருக்கத்தைப் பார்த்துப் பொறாமைப்படும் அவளுடைய மூத்த சகோதரி (அவள் பார்ப்பதற்கு மிக வசீகரமாக இருக்கிறாள்) அவர்கள் இருவரும் ஊரை விட்டு ஓடிப் போகத் திட்டமிட்டிருந்த தினத்துக்கு முதல் நாள் அனாதை இல்லத்துக்குத் தெரிவித்து அவனைப் பிடித்துக்கொண்டு போகச் செய்கிறாள். அந்த நேரத்தில் மாங்க்ரல் கத்துவது தன் தங்கைக்குத் தெரியக் கூடாது என்பதற்காக அவள் காதுகளில் இயர் போனை மாட்டி பாட்டு கேட்கச் செய்கிறாள்.

திரும்பவும் ஒரு அனாதை இல்லத்துக்குக் கொண்டுவரப்படுகிறான் மாங்க்ரல். ஒரு அதிகாரி "நீ யார்? உன் பெயர் என்ன?" என்று கேட்கும் போது அவன் பார்வையாளர்களாகிய நம்மை நோக்கி "நான் நான்தான்" என்று சொல்வதோடு படம் முடிகிறது.

இந்தப் படத்தின் வசனத்தை இரண்டு காகிதங்களில் எழுதி விடலாம். மாங்க்ரலின் உணர்வுகள் படம் நெடுகிலும் மௌனமாகவே காண்பிக்கப்படுகின்றன. அவன் பேசுவது மிகவும் குறைவு. இது பற்றி இயக்குனர் கூறுகிறார்: "நான் வசனங்களை விட நடிகர்களின் முகங்களுக்கே அதிக முக்கியத்துவம் கொடுத்தேன். நடிகர்களின் முகபாவம், படிமங்கள், landscape

இவை எல்லாம்தான் படத்தின் கதையை நமக்குச் சொல்கின்றன. வசனங்களில் நான் நேரத்தை வீணடிக்க விரும்பவில்லை. காட்சிகளும், படிமங்களுமே கதையைச் சொல்லிக்கொண்டு போக வைத்தேன்.”

படத்தில் வரும் எல்லாக் கதாபாத்திரங்களுமே ஒரு தீராத மனநோயினால் பீடிக்கப்பட்டவர்களைப் போலவே பேசுகிறார்கள்; நடந்து கொள்கிறார்கள். ஆண்கள் பெண்களை வக்கிரமாகக் கேலி செய்கிறார்கள்; அவர்களின் புட்டத்தில் தட்டுகிறார்கள். பெண்களோ குடிகாரர்களாகவும், குரூரமானவர்களாகவும் இருக்கிறார்கள். ஒவ்வொரு மனிதனும் அடுத்த மனிதன் மீது செலுத்தும் வன்முறை மிகக் கொடூரமானதாக இருக்கிறது. சிறுவர்கள் பயங்கரமான ஆயுதங்களுடன் அலைகிறார்கள். சிறுமிகள் கஞ்சா புகைக்கிறார்கள். மாங்க்ரலின் அம்மா, செத்தவளைப் பற்றி நையாண்டி செய்யும் பெண்கள், குழந்தைகளை அடித்து உதைக்கும் விடுதிகார செவிலிப் பெண், மாங்க்ரலை அனாதை விடுதிக்காரர்களிடம் பிடித்துக் கொடுக்கும் எதிர் வீட்டுப் பெண். படத்தில் வரும் ஆரோக்கியமான பாத்திரங்கள் என்று இரண்டு பேரை மட்டுமே சொல்ல முடிகிறது. மாங்க்ரலை தன் படகில் வைத்து அந்த ஊருக்கு அழைத்துக் கொண்டுவரும் படகோட்டி (“எங்கேயும் உனக்குத் தங்க இடம் கிடைக்கவில்லை என்றால் நீ எப்போதும் என்னிடம் வரலாம்” என்கிறான் அவன்); மற்றும் மாங்க்ரல்.

கிழக்கு ஐரோப்பிய நாடுகளிலிருந்து வந்து மேற்கு ஐரோப்பிய நாடுகளில் அகதிகளாக வாழ்ந்துகொண்டிருக்கும் மக்களின் முகங்களோடு இப்படத்தில் வரும் முகங்களை என்னால் ஒப்பிட்டுப் பார்க்க முடிகிறது. வரலாற்றின் கடுமையான இருள் படிந்த முகங்கள். தோல்வியடைந்த கம்யூனிசத்தின் வடுக்கள் படிந்த முகங்கள்...

படத்தில் மற்றொரு குறிப்பிடத்தகுந்த அம்சம்: படத்தில் வரும் ஊரின் தெருக்களில் மக்கள் நடமாட்டத்தையே காண முடியவில்லை. ஐரோப்பாவின் குளிர் காலம் இப்படித்தான் இருக்கும் என்றாலும் ஏதோ ஊரடங்கு உத்தரவு போட்டது

போலவே தெரிகின்றன தெருக் காட்சிகள். மனிதர்களே வாழவில்லையோ என்ற சந்தேகத்தைக் கிளப்பிவிடுவதாக இருக்கிறது ஊரும் தெருக்களும். சிறுவன் பழைய பொருள் விற்கும் கடைக்குள் நுழைந்ததுமே அந்தக் கிழவன் "கதவைச் சாத்து, குளிர் உள்ளே வருகிறது" என்று கத்துகிறான். ஐரோப்பியர்களின் மூடுண்ட மனோபாவத்திற்கும், ஐரோப்பிய சமூகமே ஒரு மூடுண்ட சமூகமாக இருந்து வருவதற்கும் குளிர் மட்டுமே காரணமாக இருக்க முடியாது என்று தோன்றுகிறது.

கடந்த *30* ஆண்டுகளில் சுமாராக ஒரு *500* ஐரோப்பிய சினிமாவைப் பார்த்திருப்பேன். அந்த எல்லாப் படங்களுமே குளிர்காலத்தில் எடுக்கப்பட்ட படங்கள்தான் என்று இப்போது யோசித்துப் பார்க்கும் போது ஞாபகம் வருகிறது.

போலந்திலுள்ள Lodz என்ற ஊரில் *2002*இல் நடந்த ஒரு உண்மைச் சம்பவத்தை அடிப்படையாகக் கொண்டு எடுக்கப்பட்ட படம் இது.

ஆந்த்ரே வாய்தா (Andrej Wajda), கீஸ்லோவ்ஸ்கி (Krzysztof Kieslowski) போன்ற மேதைகளைக் கொண்டது போலந்து சினிமா. அவர்கள் வகுத்துக் கொடுத்த சினிமா மொழியை இப்படத்தின் இயக்குனர் மிக நேர்த்தியாகக் கையாண்டிருக்கிறார். படத்தின் இசை Michael Nyman. இவர் ரோமன் பொலான்ஸ்கியின் உலகப் புகழ்பெற்ற *பியானிஸ்ட்* என்ற படத்தின் இசையமைப்பாளர். இயக்குனருக்குச் சமமாக படத்தை வேறோர் தளத்தில் கொண்டு செல்ல உதவியிருப்பது இப்படத்தின் இசைதான். நான் பெரிதும் பாராட்டும் சில தமிழ்ப் படங்களின் இசை மட்டும் சராசரியாக இருக்கிறது என்று அவ்வப்போது குறிப்பிட்டிருக்கிறேன். அதை நான் இந்த அர்த்தத்தில்தான் சொல்கிறேன். ஒரு படத்தின் இசை என்பது இந்த *Jestem* படத்தில் கையாண்டுள்ள தரத்தில் அமைந்திருக்க வேண்டும்.

9.4.2008

வெள்ளித்திரை
இடைவேளை வரை

கையில் 200 ரூ. இல்லாததால் கடந்த 2 மாதமாக *வெள்ளித்திரை* படத்தைப் பார்க்காமல் தள்ளிப் போட்டுக் கொண்டிருந்தேன். வீட்டில்லிருந்து சிட்டி சென்டர் போக வர ஆட்டோவுக்கு ரூ. 80. சினிமா டிக்கட் ரூ.120. இதுவே கொஞ்சம் ரிஸ்க்கான தொகைதான். இடைவேளையில் யாராவது தோழியோ, தோழனோ பார்க்க நேர்ந்து விட்டால் பிரச்சினை என்று பொருள். கோக் குடிக்கலாமா என்பார்கள். 'ரெண்டு நாளா வயித்து வலி' என்று பொய் சொல்லிவிட்டு, அவர்கள் குடிப்பதை தாகத்தோடு பார்த்துக் கொண்டிருக்க வேண்டும்.

நான் பெரிதும் கொண்டாடிய *மொழி* படக் குழுவினரின் அடுத்த படம் என்பதால் *வெள்ளித்திரை*யைப் பார்க்க பெரிதும் ஆர்வமாக இருந்தது. இந்த 200 ரூ. பிரச்சினையை வெளியில் காட்டிக் கொள்ளாமல் கொஞ்சம் மப்பாக "ஏன் ப்ரீவியூவுக் கெல்லாம் என்னை அழைக்கமாட்டேன் என்கிறீர்கள்?" என்று என் திரையுலக நண்பர் ஒருவரிடம் கேட்டேன். "அவர் உங்களை ப்ரீவியூவுக்கு அழைத்தால் படத்தைப் பார்த்து விட்டு *உயிர்மை*யில்

திட்டுவீர்கள். தேவையா?” என்று கேட்டார். மத்தளத்துக்கு இரண்டு பக்கமும் இடி. ஒரு பக்கம் நான் மணி ரத்னத்திடம் உதவி இயக்குனர் வாய்ப்பு கேட்பதற்காகத்தான் குரு படத்தை பாராட்டி எழுதினேன் என்று ஒரு அன்பர் ஒரு பத்திரிகையில் எழுதியிருந்தார்.

அமீரிடம் வசன வாய்ப்பு பெறுவதற்காகத்தான் பருத்தி வீரனைப் பாராட்டியதாகவும், அதனால் நான் ஒரு அயோக்கியன் என்றும் லண்டனிலிருந்து வெளிவரும் ‘இன்மை’ என்ற பத்திரிகையில் யமுனா ராஜேந்திரன் என்ற அன்பர் எழுதியிருக்கிறார். அந்த யமுனா ராஜேந்திரன்தான் தமிழின் மிகச் சிறந்த சினிமா விமர்சகர் என்று அம்ஷன் குமார் எழுதியிருக்கிறார். தவிரவும், தமிழ் சினிமாவை உலக சினிமாவோடு ஒப்பிட்டு எழுதுபவர்களையும் ஒரு பிடி பிடித்திருக்கிறார் அம்ஷன் குமார். ஆச்சரியமாக இருக்கிறது அம்ஷன் குமாரின் கொள்கைப் பிடிப்பு. ஒரு 30 வருட காலத்திற்கு ஒரே கொள்கையை விடாமல் பற்றிக் கொண்டிருப்பது சாதாரண விஷயம் அல்ல. 30 ஆண்டுகளுக்கு முன்னால் நடந்த இலக்கு கருத்தரங்கின் போது என்னைக் கடுமையாக விமர்சித்துப் பேசியவர் அம்ஷன் குமார். இப்போது 30 ஆண்டுகளுக்குப் பிறகும் அவர் அதே கொள்கைப் பிடிப்போடு இருப்பதை நாம் வரவேற்க வேண்டியதுதான்.

மத்தளத்துக்கு மற்றொரு பக்க இடி எங்கிருந்து என்று பார்த்தால் திரையுலக நண்பர்களிடமிருந்து. என்னுடைய புத்தக வெளியீட்டு நிகழ்ச்சியின்போது பேசிய வசந்த பாலன் அவருடைய *வெயில்* படத்தை நான் திட்டி எழுதியிருந்ததாகக் குறிப்பிட்டார். அவருடைய வருத்தம் நியாயமானதுதான். மாற்று சினிமாவுக்கான முயற்சிகளையும் விமர்சித்தால் மாற்று சினிமா எப்படி உருவாகும்? இதற்கு என் பதில் என்னவென்றால், “நான் *போக்கிரி* பற்றி விமர்சிக்கவில்லையே?” என்பதுதான். *வெயிலை* விமர்சிக்கிறேன் என்றாலே அதை ஒரு மாற்று சினிமாவாக மதிக்கிறேன் என்றுதானே பொருள்? *போக்கிரி* பற்றி 4 பக்கத்திற்கு திட்டி கட்டுரை எழுதினால் *உயிர்மையில்* போடமாட்டார்களே? உதாரணமாக, என்னுடைய *ராஸ லீலா* நாவல் வெளியாகி ஒரு ஆண்டு முடிந்துவிட்டது. ஆனால்

இதுவரை ஒரு விமர்சனம் கூட வரவில்லை. அட, அதை யாரும் திட்டிக்கூட எழுதவில்லை. இதற்கு என்ன சொல்கிறீர்கள் வசந்த பாலன்?

கடைசியாக நேற்று 200 ரூ. கிடைத்து *வெள்ளித்திரையைப்* பார்த்து விட்டேன். புண்ணியம் கட்டிக்கொண்டவர் மனுஷ்ய புத்திரன். பின்வரும் பட்டியலைக் கவனியுங்கள் :

நூலின் பெயர்	பிரதிகள்
ராஸ லீலா	*327*
கலகம் காதல் இசை	*427*
தப்புத் தாளங்கள்	*496*
ஸீரோ டிகிரி	*569*
ஊரின் மிக அழகான பெண்	*114*
வரம்பு மீறிய பிரதிகள்	*98*
சினிமா: அலைந்து திரிபவனின் அழகியல்	*127*

அதாவது, கடந்த ஒரு ஆண்டில் விற்பனையான என் புத்தகங்களின் எண்ணிக்கை இது. இதற்காகக் கிடைத்த ராயல்டி தொகையில்தான் *வெள்ளித்திரை* சினிமாவைப் பார்த்தேன்.

என்னைப் பிடிக்காதவர்கள் கூட என் எழுத்தின் சுவாரசியம் பற்றி ஒப்புக் கொள்வார்கள். *ராஸ லீலாவைப்* படித்து நான்கு நாட்கள் தன் வேலை கெட்டுப் போய்விட்டதாகச் சொன்னார் எனது திரையுலக நண்பர் ஒருவர். அதை அவர் பாராட்டாகவே சொன்னார் என்பதைச் சொல்ல வேண்டியதில்லை. அப்படிப் பட்ட என்னுடைய புத்தகமே ஒரு ஆண்டில் 327 பிரதிகள்தான் விற்கிறது என்றால் என்ன சொல்வது? உண்மையில் நான் 10,000 பிரதிகள் விற்கும் என்று எதிர்பார்த்தேன். நான் எவ்வளவு பெரிய முட்டாள் என்று தெரிந்து கொள்ளுங்கள். தமிழ்நாட்டில் ரஜினிகாந்துக்கு அடுத்தபடியாக பிரபலமானவர் சுஜாதா. அவருடைய புத்தகங்களே ஆயிரம் பிரதிகள்தான் விற்கின்றன. ஒரு லட்சம் பிரதிகள் விற்றிருக்க வேண்டும். அப்போதுதான் என் புத்தகங்கள் 10,000 பிரதிகள் விற்கும். அதுதான் ஒரு ஆரோக்கியமான சமூகத்திற்கான அடையாளமாகவும் இருக்கும்.

துருக்கியிலும், மொராக்கோவிலும் எனக்குச் சில எழுத்தாள நண்பர்கள் உள்ளனர். அவர்களை நான் 2006இல் பாரிஸில் சந்தித்தபோது இது பற்றிப் பேசினேன். ஒரு ஆண்டில் குறைந்தபட்சம் நம்முடைய ரூபாய் மதிப்பில் 10 லட்சம் கிடைப்பதாகச் சொன்னார்கள்.

30 ஆண்டு காலமாக சினிமா பற்றி எழுதி வரும் நான், ஒரு சினிமா பார்ப்பதற்காக 200 ரூபாய் வேண்டும் என்று இரண்டு மாத காலம் காத்துக் கிடந்தேன் என்றால் அது எவ்வளவு கேவலம்? சிட்டி சென்டரில் உள்ள அந்தப் பிரபலமான புத்தகக் கடையினுள் நுழைந்தேன். அங்கே சுமார் 1 லட்சம் புத்தகங்கள் இருக்கும் என்று வைத்துக் கொள்ளுங்கள். அதில் 99,900 புத்தகங்கள் ஆங்கிலம். 100 புத்தகங்கள் மட்டுமே தமிழ். அந்த நூறும் கூட சர்வதாரி ஆண்டுப் பலன்கள், கைரேகை கற்றுக்கொள்வது எப்படி? இந்த மாதிரி ரகங்கள். என்னுடைய புத்தகங்களோ, என் சக எழுத்தாளர்களின் புத்தகங்களோ அங்கே மருந்துக்குக் கூட இல்லை. ஒரு எழுத்தாளர் முதல்வராக உள்ள நாட்டில் இப்படி ஒரு அநியாயம்! இந்த மாதிரி அநியாயத்தை எதிர்த்து அல்லவா டாக்டர் ராமதாஸும், தொல்.திருமாவளவனும் போராட வேண்டும்? எனக்கு வந்த ஆத்திரத்துக்கு அளவே இல்லை. தமிழ்நாட்டைத் தவிர உலகின் வேறு எந்த மூலையிலாவது இப்படி ஒரு அநியாயம் நடக்க இயலுமா? யோசித்துப் பாருங்கள். ஒரு புல்காரியாவில் புல்காரிய மொழிப் புத்தகங்கள்தான் விற்கும். ஹங்கேரியில் ஹங்கேரி மொழிப் புத்தகங்கள்தான் விற்கும். ஃப்ரான்ஸில்... வேண்டாம். அந்த நாட்டில் அந்நிய மொழிப் புத்தகங்களைக் கண்ணாலேயே பார்க்க முடியாது. ஜெர்மனியில் ஜெர்மன் மொழிப் புத்தகங்களே விற்கும். 10,000 புத்தகங்கள் விற்பனைக்கு இருக்கக் கூடிய ஒரு புத்தகக் கடையில் 1000 புத்தகங்கள் ஆங்கிலத்தில் இருக்கலாம். ஆனால் சென்னையில் ஒரு லட்சம் புத்தகங்கள் உள்ள கடையில் 100 தமிழ்ப் புத்தகங்கள் - அதிலும் பிளாட்பாரத்தில் வைத்து விற்கப்பட வேண்டிய புத்தகங்கள் விற்பனைக்கு வைக்கப்பட்டுள்ளன. தமிழ்நாட்டின் கலாச்சார வறட்சிக்கு இது ஒரு உதாரணம். தமிழர்களின் ஆங்கிலேய காலனி அடிமை மனோபாவத்துக்கும் இது ஒரு எடுத்துக் காட்டு.

சரி, *வெள்ளித்திரை* விமர்சனம் எங்கே என்று கேட்கிறீர்களா? ப்ரீவியூவுக்கு என் திரையுலக நண்பர்கள் என்னை அழைக்காமல் இருப்பது மெத்த சரியே. படத்தைப் பார்க்கவே முடியாமல் பாதியில் எழுந்து ஓடி வந்துவிட்டேன். என்னுடைய ஆறு வயதிலிருந்து சினிமா பார்க்கிறேன். இத்தனை ஆண்டுகளில் ஒரு படத்தைப் பார்க்கவே முடியாமல் எழுந்து ஓடி வந்தது சரத்குமார் நடித்த *நாடோடி மன்னன்* என்ற படத்தில்தான் நடந்தது. இப்போது இது இரண்டாவது முறை. *மொழி* என்ற அழகான கவிதையைத் தந்த குழுவா இது? இப்போது தமிழ் தொலைக்காட்சி சேனல்களில் வரும் சீரியல்களைப் போல் இருந்தது *வெள்ளித்திரை*. ஒரு நடிகையை, அவள் இரவில் நேரம் கழித்து வந்தாள் என்று அவள் அண்ணன் மாட்டை அடிப்பது போல் அடிக்கிறான். அந்தக் காட்சியைப் பார்த்தபோது எனக்குக் குமட்டலே வந்துவிட்டது. படம் பூராவும் ஒரே நெகட்டிவ் பாத்திரங்கள். ஒரு குரூரமான பாத்திரத்தைக்கூட காண்பிக்கலாம். ஆனால் அதிலும் ஒரு அழகியல் இருக்க வேண்டும். அது இந்தப் படத்தில் துளிக்கூட இல்லை. அதுவும் அந்த பிரகாஷ் ராஜ் பாத்திரம் பயங்கரம். பிரகாஷ் ராஜின் திரை அனுபவத்திலேயே இதுதான் அவருக்குக் கொடுக்கப்பட்ட மிக மோசமான பாத்திரமாக இருக்கும் என்று நினைக்கிறேன்.

வேட்டையாடு விளையாடு என்ற படத்தில் பிரகாஷ் ராஜ் ஒரு 10 நிமிடம் வருகிறார். அதில் கூட என்ன ஒரு அற்புதமான நடிப்பை வெளிப்படுத்தினார்! ஆனால் ஏன் *வெள்ளித்திரையில்* அது நடக்கவில்லை என்றால் அவருக்குக் கொடுக்கப்பட்டிருக்கும் பாத்திரம் சிம்பு நடிக்கும் பாத்திரம். கற்பனை செய்து பார்ப்போம். *சீனி கம்* என்ற படத்தில் அமிதாப் பச்சன்தான் ஹீரோ. அதுவும் அது ஒரு ரொமான்ஸ் பாடம். அமிதாப்தான் காதலன். ஆனால் அவர் அதில் ஒரு கல்லூரி மாணவனாகவா வருகிறார்? 64 வயதானவராக வருகிறார். ஆனால் பிரகாஷ் ராஜ் ஒரு ஹீரோயினுடன் டிஸ்கோ டான்ஸ் ஆடுவது போல் வந்தால் எப்படிப் பார்க்க முடியும்? *மொழி* படத்தில் பிரகாஷ் ராஜ் ஹீரோதான். காதலன்தான். அதில் அது இயல்பாக இருந்தது. *வெள்ளித்திரையில்* அப்படி இல்லை. விக்ரம் கூட

நாற்பது வயதில்தான் பிரபலமான ஹீரோவாக ஆனார். ஆனால் *வெள்ளித்திரையில்* எந்த justification-ம் தரப்படவில்லை. அது எப்படி உட்காரவே முடியாதபடி ஒரு படம் எடுக்க முடியும்? அதுவும் *மொழி* மாதிரி ஒரு கொண்டாட்டமான படத்தை எடுத்த குழு?

அநியாயம். அக்கிரமம். அராஜகம். இதற்கு மேல் ஒன்றும் சொல்வதற்கில்லை.

(இவ்வளவுக்கும் என் பக்கத்தில் ஒரு இளம்பெண் அமர்ந்திருந்தாள். இருந்தும் என்னால் உட்கார முடியவில்லை. ஓடி வந்துவிட்டேன்.)

வெள்ளித் திரையை முன் வைத்து மற்றொரு விஷயம். வெளிநாடுகளில் ஒரு புகழ்பெற்ற இயக்குனரை எடுத்துக்கொண்டால் அவருடைய எல்லாப் படங்களுமே அவருடைய முத்திரையைத் தான் கொண்டிருக்கின்றன. ஒரு படம் வெற்றி அடையலாம்; அல்லது, தோல்வி அடையலாம். அதுவேறு. ஆனால் ஒரு படத்தில் அந்த இயக்குனரின் முத்திரை இருக்க வேண்டும். ஆனால் இங்கே பாரதிராஜா, பாலு மகேந்திரா என்று நம்முடைய மதிப்புக்குரியவர்களின் வரலாற்றில் இந்தத் தொடர்ச்சி (consistency) ஏன் இருப்பதில்லை? *16 வயதினிலே, என் உயிர்த் தோழன், கிழக்குச் சீமையிலே* போன்ற படங்களில் தெரிந்த பாரதிராஜாவின் முத்திரை ஏன் அவருடைய *தாஜ்மஹாலில்* துளிக் கூட இல்லாமல் போனது? *வீடு, சந்தியாராகம், சதி லீலாவதி* போன்ற படங்களைக் கொடுத்த பாலு மகேந்திரா எப்படி ஒரு *ஜூலி கணபதி* என்ற மூன்றாந்தரப் படத்தை கொடுத்தார்?

11.4.2008

பாலாஜி சக்திவேல், வசந்த பாலன் இருவருக்கும் ஒரு வேண்டுகோள்

சீனி கம் மாதிரி ஒரு படத்தில் அமிதாப் நடித்த வேடத்தில் நான் நடிக்க விரும்புகிறேன். அது போல் ஒரு படம் எடுத்து, அதில் எனக்கு அமிதாப் வேடம் தரும்படி பாலாஜி சக்திவேல், வசந்த பாலன் இருவரையும் கேட்டுக் கொள்கிறேன். இதை என் நண்பர் அமீரிடம் கேட்க முடியாது. ஏனென்றால் அவர் ஒரு ஒன் மேன் ஆர்மி. அவரே கதை, அவரே வசனம், அவரே ஹீரோ. எனவே அவரிடம் வாய்ப்பு கேட்டால் அது அவருடைய வேலையில் பங்கு கேட்பது போல் ஆகிவிடும். பாலாஜி சக்திவேலும், வசந்த பாலனும் தாங்கள் இயக்கும் படங்களில் ஹீரோவாக நடிக்க மாட்டார்கள் என்று நினைப்பதால் அவர்களிடம் கேட்கிறேன்.

இது உங்களுக்கே கொஞ்சம் ஓவராகத் தெரியவில்லையா என்றெல்லாம் கேட்கக் கூடாது. பாலாஜி சக்திவேலும், வசந்த பாலனும் யாரை வேண்டுமானாலும் நடிக்க வைத்து விடுவார்கள் என்பதற்கு அவர்களின் படங்களே சாட்சி. *வெயிலில்* பசுபதி தவிர (அவர் கூத்துப் பட்டறையின் பிரதான நடிகராகப் பல ஆண்டுகள் இருந்தவர்) மற்ற பலரும் புதிய முகங்களே. ஆனால் அதற்காக “பாலு மகேந்திரா எடுத்த *வீடு* மாதிரி ஒரு படத்தில்

ஹீரோ வேஷம் இருக்கிறது, வருகிறீர்களா?" என்று கேட்கக் கூடாது. சரியா?

6.1.2008 அன்று நடந்த என்னுடைய புத்தக வெளியீட்டு நிகழ்வில் பேசிய பாலு மகேந்திரா, பாலாஜி சக்திவேல், வசந்த பாலன் மூவருமே ஒரு கருத்தைச் சொன்னார்கள். அதாவது, திரைப்படங்களுக்கு நான் வசனம் எல்லாம் எழுத வேண்டாம்; படத்தை இயக்க வேண்டும். நான் தயார். தயாரிப்பாளர் யாரும் தயாராக இல்லையே? ஆனாலும் மலையாளத்தில் அதற்கான சந்தர்ப்பம் கிடைக்கக்கூடும் என்று தோன்றுகிறது. சென்ற மாதம் கூட சீனிவாசன் பேசினார். (ரஜினியின் குசேலனை மலையாளத்தில் செய்தவர்.)

எனவே படத்தை இயக்குவதற்குக் காத்திருப்பதைக் காட்டிலும் நடிக்கலாம் என்பது என் அவா. தெலுங்குப் படம் ஒன்றில் நடிக்க வாய்ப்பு வந்தது. பெரிய கம்பெனிதான். ஆனாலும் கதையைக் கேட்டுவிட்டு மறுத்து விட்டேன். வில்லன் வேடம். அது பரவாயில்லை. ஆனால், அவர்கள் சொன்ன கதையில், வில்லனாக வரும் அப்பா தன் மகளையே கற்பழித்து விடுகிறார்.

"பயப்படாதீங்க சார்; கடைசியில் வில்லனைக் கொன்று விடுகிறோம்" என்றார்கள்.

"இந்த வேடத்தைச் செய்வதற்கு நான்தான் கிடைத்தேனா?"

"பயப்படாதீங்க சார். அது ஒன்னும் சொந்த மகள் இல்லை. வளர்ப்பு மகள்தான். இந்த வேடத்தை நீங்கள்தான் செய்ய முடியும் என்று இண்டஸ்ட்ரியில் சொன்னார்கள்."

'ஓ, அது வேறா?' என்று நினைத்தபடி மறுத்து விட்டேன். அந்த நண்பர்களிடம் சலீம் கௌஸை அணுகுமாறு சொன்னேன். *வெற்றி விழா* என்ற படத்தில் நடித்த அவர் இன்று மராத்தி நாடக உலகில் கொடிகட்டிப் பறக்கிறார்.

இன்னொரு விஷயமும் இருக்கிறது. *வெள்ளித்திரையில்* பிரகாஷ் ராஜ் சொல்வார். "ஒருமுறை ஜூனியர் ஆர்ட்டிஸ்டாக நடித்து விட்டால் அப்புறம் சாகிறவரை ஜூனியர் ஆர்ட்டிஸ்ட்தான்"

என்று. அதுபோல், ஒருமுறை கற்பழிப்பு வேஷம் கட்டினால் அப்புறம் கடைசி வரை கற்பழிப்புதான். ஏற்கனவே இருக்கும் கெட்ட பெயர் போதும் என்றுதான் மறுத்து விட்டேன்.

இப்போது என் வயது 55 தான். இன்னும் 10 ஆண்டுகள் நான் காத்திருக்கத் தயார்.

ஒரு இலக்கியக் கூட்டத்திற்குச் சென்றிருந்தபோது ஒரு சிறு பத்திரிகை அன்பர் நான் சினிமாவிலேயே நடிக்கலாம் என்று குறிப்பிட்டார். அதுவரை சரி. ஆனால் அவர் சொன்ன அடுத்த வாக்கியம் என்ன தெரியுமா? “பாவனாவுக்கு அப்பாவாக.”

உடனேயே அந்த இலக்கியக் கூட்டத்திலிருந்து எழுந்து வந்து விட்டேன். இதற்குத்தான் நான் தமிழ்நாட்டில் நடக்கும் இலக்கியக் கூட்டங்களுக்குச் செல்வதில்லை என்று வைத்திருக்கிறேன். இவர்கள் இப்படித்தான் 40 வயதை தாண்டினாலே அப்பா, தாத்தா என்று யோசிக்க ஆரம்பித்துவிடுகிறார்கள். விஜயகாந்த் எல்லாம் கல்லூரி மாணவன் வேடத்தில் நடிக்கும்போது நான் மட்டும் பாவனாவின் அப்பா வேடத்தில் நடிக்க வேண்டுமாம். ஏன் ஐயா, பாவனாவின் காதலனாக நடிக்கக் கூடாதா? 55 வயதில் காதல் வராதா?

நடிகர் சிவகுமார் ஒருமுறை சொன்னார், சூர்யா ஏதோ ஒரு படத்தில் பள்ளி மாணவனாக வருகிறார் என்பதற்காக ஒரு மாதமாக வெறும் திரவ உணவையே சாப்பிட்டு உடம்பைக் கன்னாபின்னாவென்று குறைத்துவிட்டதாக. இப்போதைய நடிகர்கள் படத்துக்காக என்ன வேண்டுமானாலும் செய்யத் தயாராக இருக்கிறார்கள். உடல் வளர்த்தேன்; உயிர் வளர்த்தேன் என்பது ஒரு தத்துவம். ஆனால் நான் உடல் வளர்ப்பதற்கு இப்படி ஒரு லௌகீக கரணமும் இருக்கிறது. *சீனி கம்* போன்ற ஒரு படத்தில் ஹீரோவாக நடிக்க வேண்டும் என்பதுதான் அது. ஒருநாள் அவந்திகா என்னிடம் “ஏன் இப்படி ஒருநாள் கூட

விடாமல் வெறித்தனமாக யோகா செய்கிறாய்? ஏதாவது ரகசியக் காதலி கீதலி இருக்கிறாளா?" என்று கேட்டாள். உண்மையான காரணத்தைச் சொன்னால் சிரிப்பாள் என்று "தொப்பையைக் குறைக்க" என்று மட்டும் சொல்லி வைத்தேன்.

இப்படி இரண்டே மாதத்தில் *34* இஞ்ச் இருந்த வயிற்றை *30* ஆகக் குறைத்து விட்டேன்.

ஓம் ஷாந்தி ஓம் படத்தில் நடித்துக் கொண்டிருந்தபோது ஷூட்டிங் நடக்கும் அவ்வளவு நேரமும் ஷாருக்கான் தண்ணீர் கூடக் குடிக்க மாட்டாராம். தண்ணீர் குடித்தால் கூட தொப்பை வந்துவிடும் என்று சொல்லுவாராம். அந்தப் படத்தில் அவரது உடம்பு voyeuristic ஆகக் காண்பிக்கப்பட்டிருக்கிறது என்பதையும் கவனியுங்கள்.

அவ்வளவு தூரம் இல்லாவிட்டாலும் என் உடம்பை viewer friendlyயாக வைத்துக்கொள்ள நான் செய்யும் தியாகங்கள் சொல்லி மாளாதவை. *சீனி கம்*மைப் பார்த்தபோது இதெல்லாம் மனதில் ஓடியது.

13.4.2008

சீனி கம்

Every man has his folly, but the greatest folly of all ... is not to have one.

- **Nikos Kazantzakis** in *Zorba the Greek*

I want the communion of your body tonight, I yearn for the Holy of Holies and the Sanctuary of your flesh. As a minister of the True God I will offer a sacrifice tonight and your body will be the temple, our delirium will be hymns and after sensual pleasure will be religious and celestial ecstasy, etc.

- **Nikos Kazantzakis** in *Serpent and Lily*

Deliver all your senses freely to sensual pleasure, Eugenia, it is the only god of your existence; it is to this that a young woman must sacrifice, nothing must be as holy in her eyes as sensual pleasure.

- **Marquis de Sade** in *Philosophy in the Bedroom*

“Look, one day I had gone to a little village. An old grandfather of ninety was busy planting an almond tree. ‘What, grandad!’ I exclaimed. Planting an almond tree? And he, bent as he was, turned around and said: ‘My son, I carry on as if I should never die.’ I replied: ‘And I carry on as if I was going to die any minute.’ Which of us was right, boss?”

- **Nikos Kazantzakis** in *Zorba the Greek*

நிகோஸ் கஸான்ஸாகிஸ் எழுதிய 'ஸோர்பா தெ க்ரீக்' என்ற நாவலைப் படித்தி ருக்கிறீர்களா? அது ஒரு நவீன காலத்துக் காவியம். கஸான்ஸாகிஸையே நவீன காலத்து ஹோமர் என்று சொல்வார்கள். இந்த நாவல் 1964இல் கிரேக்க இயக்குனர் காக்கயானிஸால் (Michael Cacoyannis) திரைப்படமாகவும் ஆக்கப்பட்டுள்ளது. ஸோர்பாவாக நடித்திருப்பவர் அந்தோனி க்வின்.

மனித வாழ்வை இரண்டு விதமாக அணுகலாம் என்கிறார் நீட்ஷே. ஒன்று, Apollonian, மற்றொன்று, Dionysian. முதலாவது, வாழ்க்கையை ஒழுக்கம், ஒழுங்கு, தர்க்கம் போன்றவற்றின் அடிப்படையில் நேர்க்கோட்டில் காண்பது. இரண்டாவது, வாழ்வை ரத்தமும் சதையுமாக, ஒருவித கொண்டாட்டமாகக் காண்பது.

இதைக் கொஞ்சம் எளிமையாக்கிக் கொள்வோமானால், முதலாவதை மனம் என்றும், இரண்டாவதை உடல் என்றும் அர்த்தப்படுத்தலாம்.

கஸான்ஸாகிஸின் ஸோர்பா தெ க்ரீக் நாவலில் வரும் எழுத்தாளன் முதல் வகையைச் சேர்ந்தவன். அவன் ஒரு மதுபான விடுதியில் அமர்ந்து தன் நண்பனைப் பற்றி யோசித்துக்கொண்டிருக்கிறான். அந்த நண்பன் இவனை ஒரு புத்தகப் புழு என்றும், வாழ்க்கையை நேரடியாகக் கண்டு அனுபவிக்காதவன் என்றும் சொல்கிறான். அதனால் கொஞ்ச நாள் எழுதுவதை நிறுத்தி வைத்து விட்டு க்ரீட் (Crete) தீவுக்குச் சென்று வரலாம் என்று கிளம்பும்போது எதேச்சையாக ஸோர்பா என்ற மிக வித்தியாசமான மனிதன் ஒருவனைச் சந்திக்கிறான்.

65 வயதான ஸோர்பா, மேலே குறிப்பிட்ட இருவகை மனிதர்களுள் இரண்டாம் வகை. அவனைத் தனக்கு உதவியாளனாக வைத்துக் கொண்டு கரீட் தீவுக்குக் கிளம்புகிறான் எழுத்தாளன்.

இருவரும் அந்தத் தீவில் ஓர்த்தென்சியா என்ற ஒரு வயதான, முன்னாள் வேசியின் விடுதியில் தங்கியிருக்கும்போது ஒருநாள் ஸோர்பா அவளுடன் கலவி கொள்கிறான். உலக இலக்கியத்தில் அப்படி ஒரு மூர்க்கமான கலவியை நான் வாசித்ததில்லை. ஓர்த்தென்ஸியாவுக்கு அப்போது வயது 75. இந்தப் படத்தில் நடிக்கும்போது அந்தோனி க்வின்னின் வயது 49. ஆனால் பார்க்க 25 வயது இளைஞனைப்போல் இருப்பார்.

ஒரு பத்திரிகையில் ஒரு எழுத்தாளர் சாருவுக்கு 50 வயது ஆன பிறகும் செக்ஸ் கதைகள் எழுதுவதாகக் குற்றம் சாட்டி எழுதியிருந்தார். 40 வயது ஆனாலே இந்தியர்களுக்கு முதுமை வந்துவிடுகிறது. 95 வயது ஆனவர்களைப் போல் புலம்ப ஆரம்பித்துவிடுகின்றனர். ஆனால் 95 வயது ஆன குஷ்வந்த் சிங்கும், எம்.எஃப்.ஹுசைனும் இன்னமும் 25 வயது இளைஞர்களைப் போல் வாழ்ந்து கொண்டிருக்கின்றனர்; எம்.எஃப். ஹுசைன் இன்னமும் pedicure, manicure எல்லாம் செய்து கொண்டிருக்கிறார். ஹுசேன்தான் பார்த்ததிலேயே மிகச் சிறந்த ஆண் மகன் என்று எழுதுகிறார் ஷோபா டே. சமீபத்தில் கூட மாதுரி தீட்சித்தின் ஒரு இந்திப் படம் வெளியான போது துபாயில் இருக்கும் எம்.எஃப்.ஹுசைன் ஒரு திரையரங்கம் முழுவதையும் முன்பதிவு செய்து நுழைவுச் சீட்டுகளைத் தன் நெருங்கிய நண்பர்களுக்கு வழங்கினார். இங்கேயோ தமிழ் எழுத்தாளன் 50 வயது ஆனதுமே ஏதோ மரணப் படுக்கையில் வீழ்ந்துவிட்டதைப் போல் அனத்த ஆரம்பித்துவிடுகிறான்.

காதலுக்கும் காமத்துக்கும் வயதே இல்லை என்பது இந்தியர்களுக்கு ஏனோ புரிவதே இல்லை. இந்தியர்களின் இந்த 'முதுமை' நோய் பற்றிய ஒரு அருமையான படம் *சீனி கம்*.

புத்ததேவ் குப்தா (அமிதாப் பச்சன்) லண்டனில் ஒரு பிரபலமான உணவு விடுதி வைத்திருப்பவர். கண்டிப்புக்குப் பேர் போனவர். ஒருநாள் அவருடைய சிப்பந்தி ஒருவர் செய்த ஒரு சிறு தவறுக்காக அவரை வேலையை விட்டே நீக்கி விட்டவர். ஏனென்றால், உணவுதான் மனித வாழ்வின் அடிப்படை என்று

நம்புகிறவர் அவர். அது பற்றி அவர் அவ்வப்போது தன் சிப்பந்திகளிடையே குட்டிப் பிரசங்கங்களும் அடிப்பதுண்டு.

ஒருநாள் அவருடைய விடுதிக்கு வரும் பயணிகளுக்கு ஹைதராபாத் ஸஃப்ரானி புலாவ் பரிமாறப்படுகிறது. பரிமாறுபவன் அந்த உணவு விடுதியில் கோல்கேட் என்ற பட்டப் பெயரால் அழைக்கப்படும் ஒரு சிப்பந்தி. (அவனுடைய பல் எடுப்பாக இருக்குமாதலால் அந்தப் பெயர்.) ஆனால் அதில் சீனி அதிகமாக இருக்கிறது என்று திருப்பி அனுப்பிவிடுகிறார்கள் வந்தவர்கள். அவர்களிடம் வரும் புத்ததேவ் "தயவுசெய்து உங்களில் யாராவது எனக்கு ஹைதராபாத் ஸஃப்ரானி புலாவ் எப்படிச் செய்வது என்று சொல்லித் தருகிறீர்களா?" என்று கேட்கிறார். உடனே வந்தவர்கள் எழுந்து போய் விடுகிறார்கள். "இப்போதெல்லாம் இந்தியாவுக்கும் லண்டனுக்கும் விமான டிக்கட் ரொம்பவும் சல்லிசாகப் போய்விட்டது; அதனால்தான் சாப்பாட்டின் அருமை தெரியாதவர்களெல்லாம் இங்கே வந்து குவிய ஆரம்பித்துவிட்டார்கள்" என்கிறார் புத்ததேவ்.

மறுநாள் கோல்கேட் புத்ததேவிடம் "இன்றைய ஹைதராபாத் ஸஃப்ரானி புலாவை யாரும் திருப்பி அனுப்பவில்லை..." என்கிறான். "அப்படியா?" என்று கேட்கும் புத்ததேவ் அதை ருசி பார்த்து "இதுதான் ஒரிஜினல் ஹைதராபாத் ஸஃப்ரானி புலாவ்; நம்முடைய உணவு விடுதியின் ஸ்பெஷாலிட்டி" என்று சொல்ல, "இல்லை, இதைச் செய்து கொண்டுவந்தது நேற்று இங்கே வந்து பாதியிலேயே எழுந்து போனவர்களில் ஒருவர்" என்கிறான். அந்தப் புலாவைச் செய்து கொண்டுவந்தவர்தான் நீனா வர்மா (தபு). இதைத் தொடர்ந்து நீனாவும், புத்ததேவும் ஓரிரு முறை சந்தித்துக்கொள்ள நேரிடுகிறது. நீனா *34* வயதான ஒரு சாஃப்ட்வேர் எஞ்சினியர். தில்லியிலிருந்து விடுமுறையில் லண்டன் வந்திருப்பவர்.

புத்ததேவ் திருமணம் ஆகாதவர்; தன் வயதான அம்மாவுடன் வசிக்கிறார். அவருடைய பக்கத்து வீட்டுச் சிறுமிக்கும் அவருக்கும் நெருக்கமான ஒரு பிணைப்பு இருக்கிறது. சிறுமியின் பெயர் செக்ஸி. வயது *9*. லுகேமியா வியாதியால் பீடிக்கப்பட்டிருப்பவள். அவளுக்கு டி.வி.டி. வாங்கி வந்து தருவது புத்ததேவின் வேலை.

இந்தப் படத்தின் மிக அற்புதமான பகுதி புத்ததேவுக்கும் நீனாவுக்கும் நடக்கும் உரையாடல். அந்த ஹைதராபாத் ஸஃப்ரானி புலாவை முன்வைத்து புத்தாவுக்கும் நீனாவுக்கும் லேசான ஒரு சினேகிதம் ஏற்படுகிறது. நீனா உணவு விடுதியை விட்டு வெளியே வரும்போது மழை பெய்ய, புத்தா தன் குடையைக் கொடுக்கிறார். "இதை எப்படி நான் திருப்பிக் கொடுப்பது?" என்று நீனா கேட்க "நாளைக்கு வரும்போது கொடுங்களேன்" என்கிறார் புத்தா. "என்ன, நாளைக்கா?" என்று கேட்கும் நீனா புன்முறுவலுடன் செல்கிறாள்.

புத்தா வழக்கம் போல் செக்ஸிக்கு டி.வி.டி. வாங்கிச் செல்ல அன்றைய தினம் மறந்துவிடுகிறார். வீட்டுக்குத் திரும்பும் தன் மகன் என்றைக்கும் இல்லாமல் அன்று அதிக உற்சாகத்துடன் இருப்பதைப் பார்த்து ஆச்சரியப்படுகிறார் புத்தாவின் அம்மா. தினந்தோறும் உடற்பயிற்சிக் கூடத்திற்குப் போகாமல் இருப்ப தற்காக அம்மா பையனையும், தன்னுடைய அம்மா எந்நேரமும் தொலைக்காட்சி பார்த்துக்கொண்டிருப்பது பற்றி பையனும் ஒருவரை ஒருவர் கிண்டல் செய்து கொள்கின்றனர். ("நீ 24 மணி நேரமும் டிவி பார்க்காவிட்டால் டி.வி. ஸ்டேஷனையே இழுத்து மூடிவிடுவார்களே?")

மறுநாளும் உணவு விடுதிக்கு வரும் நீனா தன்னுடன் ஒரு வெள்ளைக்கார இளைஞனையும் அழைத்து வருகிறாள். அவள் வருவாள் என்று எதிர்பார்த்திருந்த புத்தா, அந்த இளைஞனைக் கண்டதும் நொந்துபோய் விடுகிறார். பாய்ஃப்ரண்டுடன் வந்ததால் தன் குடை எல்லாம் எங்கே ஞாபகம் இருக்கப் போகிறது என்று புத்தா கிண்டலுடன் சொல்ல, அவன் தன்னுடைய பாய்ஃப்ரண்ட் அல்ல என்றும், தன் தோழியின் பாய் ஃப்ரண்ட் என்றும், அவர்களுக்குள் ஒரு பிரச்சினை என்பதால் அது பற்றிப் பேச அழைத்து வந்ததாகவும் விளக்குகிறாள் நீனா. அன்றைக்கும் பக்கத்து வீட்டுச் சிறுமி செக்ஸிக்கு டிவிடி வாங்கிச் செல்ல மறந்துவிடுகிறார் புத்தா.

மறுநாள் புத்ததேவ் எதிர்பார்த்தபடி நீனா வரவில்லை. சோகத்துடன் வீடு திரும்பும் புத்தாவுக்கு செக்ஸி பெரிய மனுஷி போல் அறிவுரை செய்கிறாள்.

அடுத்த நாள் உணவு விடுதிக்கு வரும் நீனாவிடம் "நேற்று ஏன் வரவில்லை?" என்று கேட்கும் புத்தாவிடம் "நான் என்ன தினம் தினம் இங்கு வருவதாக கான்ட்ராக்டா போட்டுக் கொடுத்திருக்கிறேன்?" என்று கேட்கிறாள். உடனே முகம் சுருங்கிப் போகும் புத்தாவிடம் "விளையாட்டுக்குச் சொன்னேன்" என்கிறாள் நீனா. அவள் கிளம்பும் போது "என் குடை?" என்று புத்தா கேட்க, "நாளை" என்கிறாள் நீனா. "ஏன் தினம் தினம் இங்கேயே சந்திக்க வேண்டும்? நாளை காமெடி ஹாலில் ஏழரை மணிக்கு ஒரு நாடகம் இருக்கிறது, போகலாமா?" என்று கேட்கிறார் புத்தா.

"ம்.... ஆரம்பித்து விடுவீர்களே? ஒரு பெண் கொஞ்சம் சிரித்துப் பேசி விடக்கூடாதே? உடனே தியேட்டருக்கு வா, அங்கே வா, இங்கே வா என்று அழைக்க ஆரம்பித்துவிடுவீர்களே? என் நெற்றியில் என்ன *'அவைலபிள்'* என்று லேபிளா ஒட்டி யிருக்கிறது?" என்று கோபமாகக் கேட்கிறாள் நீனா.

பயந்து பின்வாங்கும் புத்தாவிடம் "சும்மா சொன்னேன்; நாளை காமெடி ஹாலுக்கு வாருங்கள்" என்று சொல்லிவிட்டுக் கிளம்புகிறாள் நீனா.

மறுநாள் ஏழரை மணிக்கு காமெடி ஹாலுக்குச் சென்றால்

அங்கே அவருக்கு முன்னதாக வந்து நின்றுகொண்டிருக்கும் நீனா, புத்தாவிடம் அங்குள்ள அறிவிப்புப் பலகையைக் காட்டுகிறாள். நாடகம் துவங்குவது ஆறரை மணிக்கு.

“சரி விடுங்கள்; ஏற்கனவே நான் இந்த நாடகத்தை மூன்று முறை பார்த்துவிட்டேன்.”

“எப்படி மூன்று வெவ்வேறு பெண்களுடனா?”

இப்படியே பேசிப் பேசி புத்தாவை சொடுக்கி எடுக்கிறாள் நீனா.

“சரி வாருங்கள்; வேறு எங்காவது போகலாம்” என்கிறார் புத்தா.

இருவரும் ஒரு உணவு விடுதிக்குச் செல்கிறார்கள்.

அப்போதுதான் இருவரும் ஒருவரையொருவர் பெயரே கேட்டுக் கொள்கிறார்கள்.

“என்னது, உங்கள் பெயர் புத்தாவா? அகங்காரம், திமிர், ஆணவம் எல்லாவற்றுக்கும் உறைவிடமாகத் திகழும் ஒருவருக்கா புத்தா என்று பெயர்!”

புத்தா அணிந்திருக்கும் கண்ணாடியைப் பார்த்து *“இது என்ன பவர்?”* என்று கேட்கவும் ஒருக்கணம் ஆடிப் போகும் புத்தா, *“பவர் இல்லை, இது டிஸைனர் க்ளாஸ்”* என்கிறார். அதற்கும் கேள்வி இருக்கிறது நீனாவிடம். *“என்னை இம்ப்ரஸ் பண்ணுவதற்காகப் போட்டுக் கொண்டீர்களா?”*

நீனாவின் ஒவ்வொரு கேள்வியும் புத்தாவை அதிர அடிக்கிறது. அதே சமயத்தில் அவள்பால் அவர் தீவிரமாக ஈர்க்கப்படுவதற்குத் தூண்டிலாக இருக்கின்றன அவளுடைய வார்த்தைகள்.

இந்தப் படத்தின் கலை நேர்த்திக்கு ஒரு முக்கிய காரணம் இதன் வசனம் என்று சொல்லலாம். சமீப காலத்தில் நான் பார்த்த மூன்று படங்களில் வசனம் மிகச் சிறப்பாக இருந்ததை கவனித்தேன். *உன்னாலே உன்னாலே* (எஸ். ராமகிருஷ்ணன்), *மொழி* (விஜி), *சீனி கம். சீனி கம்* படத்திற்கு வசனம் எழுதியிருப்பவர் M.T. என்று சுருக்கமாக அழைக்கப்படும் மனோஜ் தபாடியா. இவர்

இந்தப் படத்தின் இயக்குனர் பாலகிருஷ்ணனின் விளம்பர நிறுவனத்தில் விளம்பரங்களுக்கு வசனம் எழுதிக்கொண்டிருந்தவர். இயக்குனர் பால்கியைப் போலவே இதுதான் இவருக்கும் முதல் படம். இந்திப் படவுலகில் மனோஜ் தபாடியாவின் சீனி கம் வசனம் வெகு சிறப்பாகப் பேசப்பட்டது.

ஒருநாள் புத்தாவுக்குப் பிறந்தநாள் வருகிறது. கேக்கில் 64 மெழுகு வர்த்திகளைச் செருகி வைத்திருக்கிறார்கள் உணவு விடுதிச் சிப்பந்திகள். அதைப் பார்த்துவிட்டு நீனாவுக்குத் தெரியாமல் ஐந்தாறு மெழுகுவர்த்திகளை எடுத்துத் தன் பாக்கெட்டுக்குள் ஒளித்து வைத்துக் கொள்கிறார் புத்தா.

புத்தாவும், நீனாவும் ஒரு பார்க்கில் அமர்ந்து இருக்கிறார்கள். திடீரென்று அவள் புத்தாவிடம் அந்தப் பெரிய மைதானத்தின் எதிர்க்கோடியில் தெரியும் ஒரு மரத்தை ஓடிப் போய்த் தொட்டு விட்டு வரும்படிச் சொல்கிறாள். புத்தாவுக்கு ஏன் என்று புரியவில்லை. “போய்த் தொட்டுவிட்டு வாருங்கள்; பிறகு சொல்கிறேன்” என்கிறாள் நீனா. புத்தாவும் இரைக்க இரைக்க ஓடிப் போய் அந்த மரத்தைத் தொட்டுவிட்டு வருகிறார்.

“ம்... சொல்.”

“ஸோச்சி தி... ஆகே குச் கர்னே கா ஸ்டாமினா ஹே யா நஹீ...” என்று கலகலவென சிரித்துக்கொண்டே சொல்கிறாள் நீனா.

(ஆகே – இன்னும்; கர்னே – செய்தல்)

(இன்னும் நாம் மேலே செல்வதற்கு உங்களிடம் வலு இருக்கிறதா இல்லையா என்று சோதித்தேன்).

எனக்கு ஹாலிவுட் சினிமா பற்றி அதிகம் தெரியாது. காரணங்கள் இரண்டு. ஒன்று, அமெரிக்கர்களின் ஆங்கில உச்சரிப்பு எனக்கு சுத்தமாகப் புரியாது. என்னுடைய அமெரிக்கப் பதிப்பாளர் ராகேஷ் சிரிக்கச் சிரிக்கப் பேசும் வழக்கம் உடையவர். ஆனால், அதை ப்ரீதம் மொழிபெயர்த்துச் சொன்ன பிறகுதான் என்னால் சிரிக்க முடியும். இரண்டாவது காரணம், ஹாலிவுட் சினிமாவின்

பிரம்மாண்டம் காரணமாக ஐரோப்பிய சினிமாவின் மேதைகள் யாவரும் உலக அளவில் தெரிய வராமல், என்னைப் போன்ற சினிமா ஆர்வலர்களுக்கு மட்டுமே தெரிந்த நபர்களாகப் போய்விட்டனர். உதாரணமாக, எந்த ஹாலிவுட் நடிகரைக் காட்டிலும் பல மடங்கு திறமையானவர் வெர்னர் ஹெர்ஸாகின் படங்களில் நடித்த Klaus Kinski. சரியாகச் சொன்னால், கின்ஸ்கிக்கு இணையான நடிகனை எந்த உலக மொழியிலும் காண முடியாது என்பதே உண்மை. கின்ஸ்கி பற்றி தனியாகவே எழுதலாம். இதேபோல் அர்ஹெந்தினாவில் Copi என்ற ஒரு நாடக நடிகர் இருந்தார். அவரது இயற்பெயர் Raul Damonte Botana. பாரிஸுக்கு வந்து பல நாடகங்களை இயக்கினார். ஓரினச் சேர்க்கையாளராக வாழ்ந்து எய்ட்ஸ் நோயினால் இறந்தார். (இவரைப் பற்றிய நூல் ஏதாவது அகப்பட்டால் எனக்குத் தகவல் தெரிவியுங்கள்). இதேபோல் ப்ரஸீலில் பலர் உள்ளனர்.

என் நண்பர் ராஜநாயஹம் ஹாலிவுட் சினிமா பற்றி அதிகம் அறிந்தவர். ஹாலிவுட் சினிமா பற்றி அவர் ஒரு புத்தகமே எழுதலாம். அந்த அளவுக்கு விஷய ஞானம் உள்ளவர். அவர் சமீபத்தில் கூறிய ஒரு விஷயம் மிக சுவாரசியமாக இருந்தது. ஃபிடல் காஸ்ட்ரோ *டென் கமாண்ட்மென்ட்ஸ்* படத்தில் ஒரு துணை நடிகராக (போர் வீரன்) நடித்திருப்பதாக ஹாலிவுட் நடிகை ஷர்லீ மெக்லைன் *My Lucky Stars* என்ற தன் சுயசரிதையில் குறிப்பிட்டிருக்கிறார் என்றார் ராஜநாயஹம். இதுபற்றி ஃபிடலிடம் ஷர்லீ மெக்லைன் கேட்டபோது அவர் அதை மறுக்கவும் இல்லை; ஒத்துக்கொள்ளவும் இல்லையாம்.

இப்போது *சீனி கம்* விஷயத்துக்கு வருவோம். பெரும்பாலான இந்தியர்கள் - அதிலும் குறிப்பாகத் தமிழ் எழுத்தாளர்கள் - 40 வயதை எட்டியதுமே முதுமையை அடைந்துவிட்டதாக எண்ணிப் புலம்பிக்கொண்டிருப்பது பற்றிக் குறிப்பிட்டேன். இது சம்பந்தமாக நேற்று படித்த, கேள்விப்பட்ட இரண்டு விஷயங்களை இங்கே சேர்த்துக் கொள்ள வேண்டும். ஒன்று, ஸல்மான் ருஷ்டி. அவர் பத்மாவைத் திருமணம் செய்து கொண்ட போது அது அவரது நான்காவது திருமணம். பத்மாவுடனான அவரது திருமண வாழ்க்கை முடிவுக்கு வந்துவிட்டது. இப்போது அவருடைய

காதலி Aimee Mullins என்ற அமெரிக்கப் பெண். இவர் ஒரு விளையாட்டு வீரரும், மாடலும் ஆவார். வயது 32. பத்மாவின் வயது 36 என்பது ஞாபகம் இருக்கட்டும். ஸல்மான் ருஷ்டியின் வயது 60. "ருஷ்டியும் அவரது மகன் ஸஃபரும் பார்ட்டிக்கு வரும்போது உங்கள் புத்திரிகளை வீட்டுக்குள் பத்திரமாக வைத்துப் பூட்டி வையுங்கள்" என்று அமெரிக்காவிலும், பிரிட்டனிலும் ஒரு ஜோக் உலவிக் கொண்டிருக்கிறது.

இது ஒரு பக்கம் இருக்க, அந்தோனி க்வின் பற்றியும் பல தகவல்களைப் பொழிந்து தள்ளினார் ராஜநாயஹம். அதற்குப் பிறகுதான் க்வின் பற்றி நிறைய படித்தேன். மெஹிகோவைப் பூர்வீகமாகக் கொண்ட க்வின், தனது 22ஆவது வயதில் ஸெஸில் பி தெமிலியின் மகளைத் திருமணம் செய்து கொண்டார். 28 ஆண்டுகள் தொடர்ந்த இவர்களது திருமண வாழ்வில் நான்கு குழந்தைகள் பிறந்தன. 1966இல் கவின்னின் அடுத்த திருமணம் யொலாந்தா என்ற பெண்ணுடன். அப்போது அவர் வயது 51. ஆனால், 1997இல் அவர் தன்னுடைய உதவியாளர் கேத்தி என்பவருக்கு ஒரு குழந்தையைக் கொடுத்துவிட்டதால் யொலாந்தா க்வின்னை விவாகரத்து செய்துவிட்டார். உடனே கேத்தியை மணம் செய்து கொண்டார் க்வின். கேத்திக்குக் குழந்தை வழங்கியபோது க்வின்னின் வயது 82. அதன் பிறகு 2001இல் தனது 86ஆவது வயதில் இறக்கும் வரை க்வின் வேறு திருமணம் செய்து கொள்ளவில்லை எனினும், அவருக்குப் பல துணைவிகளும் இருந்தனர். தனது மனைவிகள் மற்றும் துணைவிகள் மூலமாக க்வின்னுக்கு மொத்தம் 13 குழந்தைகள் இருந்தனர்.

க்வின்னைப் போல் 82 வயதில் குழந்தை பெற்றுக்கொள்ள இன்னும் எனக்கு 27 ஆண்டுகள் இருக்கின்றன என்பதை அடக்கத்துடன் சொல்லிக்கொள்கிறேன்.

70களில், மதுரையில் உள்ள ரீகல் தியேட்டரில் ஸோர்பா தெ க்ரீக் படத்தைப் பார்த்ததாகக் கூறினார் ராஜநாயஹம். அந்த தியேட்டரின் விசேஷம் என்னவென்றால், பகலில் நூலகமாக இயங்கும் அது மாலையில் சினிமா தியேட்டராக மாறிவிடுமாம்.

சுஜாதாவைப் போலவே எனக்குப் பிடித்த மற்றொரு எழுத்தாளர் குஷ்வந்த் சிங். வயது 93. நேற்று அவர் எழுதியிருந்த கட்டுரையைப் படித்தேன். இளமை துள்ளி விளையாடியது. வாழ்க்கையில் எதைப் பற்றி வருத்தப்படுகிறீர்கள் என்ற கேள்வி அவரிடம் அடிக்கடி கேட்கப்படுகிறதாம். எதைப் பற்றியெல்லாம் வருத்தப்படுகிறேன் என்று ஒரு பட்டியலைக் கொடுத்துவிட்டுக் கடைசியில் சொல்கிறார். "எல்லாவற்றையும் விட என்னுடைய பெரிய வருத்தம் என்னவென்றால் - நான் மிக விரும்பிய பெண்களோடெல்லாம் affair வைத்துக்கொள்ளும் அளவுக்கு எனக்குத் துணிச்சல் இல்லாமல் போய்விட்டதுதான்."

(வாக்கியங்களுக்கு இடையே வாசிப்பது என்று சொல்வார்கள் இல்லையா? அப்படியானால், குஷ்வந்த் சிங் இங்கே கூறியிருக்கும் வாக்கியத்தில் பொதிந்திருக்கும் உண்மையான அர்த்தம் என்ன? ஒரே ஒரு க்ளூ தருகிறேன். அவருடைய எழுத்தை, என் மனைவி அவந்திகா போல் அல்லாமல், அவருடைய மனைவியும், மகனும் படிப்பது உண்டு).

சொல்லிவிட்டு மீர்ஸா காலிப்-இன் உர்தூ கஸல் பாடல் ஒன்றையும் மேற்கோள் தருகிறார் குஷ்வந்த் சிங்.

"யா ரப் (இறைவனே)!
நீ என்னை
நான் செய்த பாவங்களுக்காக
தண்டிக்க நினைத்தால்,
அந்தக் கணக்கில்,
நான் செய்ய நினைத்து செய்யாமல் விட்ட
எத்தனையோ பாவங்களைக்
கழித்துக்கொண்டு விடு."

சினிமாவில் நடிக்க முன் அனுபவம் தேவை என்றால் அதற்கும் நான் தகுதியோடு இருக்கிறேன். அன்னையின் ஆணையில் சாம்ராட் அசோகன் நாடகத்தில் சிவாஜி கணேசன் நடித்திருப்பார் அல்லவா? அந்த நாடகத்தை எங்கள் பள்ளி ஆண்டு விழாவில் போடலாம் என்று முடிவு செய்யப்பட்டது.

தேசிய உயர்நிலைப்பள்ளி என்ற பெயர் கொண்ட அந்தப் பள்ளியில் மாணவர்களிடையே இரண்டே இரண்டு பிரிவுதான் உண்டு. படிக்கிற பையன்கள்; படிக்காத பையன்கள். பையன்கள் என்றால் பையன்கள் மட்டும் இல்லை; பெண்களும் உண்டு; ஆனால் துரதிர்ஷ்டம் என்னவென்றால், அந்தப் பள்ளியில் படித்த 11 ஆண்டுகளிலும் எங்கள் வகுப்பில் உள்ள மாணவிகளுடன் ஒரு வார்த்தை கூடப் பேசியதில்லை. நான் மட்டும் அல்ல; மாணவர்கள் யாருமே மாணவிகளோடு பேசியதில்லை. ம்ம்ம்... முப்பது ஆண்டுகள் முன்னால் பிறந்துவிட்டேன் என்று தோன்றுகிறது. சமீபத்தில் என் மகன் கார்த்திக் எங்கள் வீட்டில் தன்னுடைய அறையில் தன் தோழியோடு தூங்கிவிட்டான். அவந்திகா ஒரு 18ஆம் நூற்றாண்டு மனுஷி என்பதால் ரொம்பவும் ஆச்சரியத்துடன் மறுநாள் அவனிடம் தனியாக "ஏன்டா செல்லம், அவளை நீ என்ன திருமணம் செய்து கொள்ளப் போகிறாயா?" என்று கேட்க, அவன் அதிர்ச்சியுடன் "மானத்தை வாங்காதீர்கள்... அவள் ஏற்கனவே 'கமிட்ட்.' என் நண்பனின் தோழி. என்னைப் பொறுத்தவரை அவள் ஒரு பாய் ஃப்ரெண்ட் மாதிரிதான்" என்றான். அவன் அப்படிச் சொன்னபோது நான் என் 11 ஆண்டு கால பள்ளிப் பருவத்தையும், அப்போது நான் முதல் வகுப்பிலிருந்து 11ஆம் வகுப்பு வரை காதலித்த காஞ்சனா என்ற பெண்ணையும், அவளோடு ஒரே ஒரு வார்த்தை பேச வேண்டும் என்று எண்ணி, அந்த எண்ணம் - அந்தக் கனவு - நான் எஸ்.எஸ்.எல்.ஸி. முடித்து பள்ளியை விட்டு வெளியே வரும் வரை கூட நிறைவேறாமல் போய் விட்டதையும் ஏக்கத்துடன் எண்ணிப் பார்த்தேன். ஆனால் பள்ளியில் தவற விட்டதை கல்லூரியில் வட்டியும் முதலுமாக சேகரித்துக்கொண்டேன். அது வேறு விஷயம். இப்போது அன்னையின் ஆணை.

பள்ளியில் அப்போது சீனி. சண்முகம் சார் தான் எங்களுக்குப் பெரிய ஹீரோ. எப்போதும் கலகலப்பாக இருப்பார். இந்த சீனி. சண்முகம் சார், ஆர்ப்பி சார் என்ற இருவரைத் தவிர மற்ற ஆசிரியர்கள் அனைவரும் பிராமண சமூகத்தைச் சேர்ந்தவர்கள். கடுகடுப்பாகவே இருப்பார்கள். அதிலும் கணக்கு க்ளாஸ் எடுக்கும் ஆர்.கே.சாரின் பிரம்பு அடி மிகவும் பிரசித்தமானது. இவர் எங்கள் ஹெட்மாஸ்டர் சார் நடேசய்யரின் மருமகன் வேறு.

எங்கள் ஊரைச் சேர்ந்தவர் அல்ல. வெளியூர்க்காரர். இப்படி வாத்தியார்கள் தங்கள் குழந்தைகளைப் பின்னி எடுப்பதைப் பற்றி பெற்றோர்களும் கண்டுகொள்வதாக இல்லை. பசங்கள் திருந்துவதற்குத்தானே அடிக்கிறார்கள் என்று விட்டு விடுவார்களா அல்லது இன்னும் நன்றாக அடியுங்கள் என்று சொல்வார்களா, தெரியவில்லை. குற்றவாளிகளைச் சீர்திருத்தும் ஒரு ஜுவனைல் சிறை மாதிரிதான் இருக்கும் அந்தக் காலத்துப் பள்ளிகள். அதிலும் அந்த ஆர்க்கே சார் ஷேவிங் செய்து கொண்டு வந்துவிட்டால் தொலைந்தது. இப்போது மாதிரி அப்போதெல்லாம் Gillet Mach3 பிளேடெல்லாம் இல்லையே? அந்தக் காலத்து பனாமா பிளேடு முனை மழுங்கிய தகரத்தைப் போலிருக்கும்; அதை வைத்து ஷேவ் செய்தால் அப்படித்தான். ஆனால் துரதிர்ஷ்டத்திலும் ஒரு அதிர்ஷ்டம் என்னவென்றால், அந்தக் காலத்தில் வாரம் இரண்டு தடவைதான் ஷேவிங் செய்துகொள்வார்கள்.

இந்தக் கொடுமையான சூழலில் இரண்டே இரண்டு வாத்தியார்கள்தான் பையன்களை அடிக்க மாட்டார்கள். ஒன்று, ஆர்ப்பி சார் என்று அழைக்கப்பட்ட பக்கிரிசாமி சார். இவர்தான் ஆங்கிலம் மற்றும் வரலாற்று ஆசிரியர். செட்டியார் சமூகம். ஊரில் ஒரு பணக்கார குடும்பத்தைச் சேர்ந்தவர். மென்மையானவர். மற்றொருவர், சீனி. சண்முகம். தி.மு.க. பேச்சாளர். அட்டகாசமான ஆள். எனக்கு இரண்டாம் வகுப்பி லிருந்து நான்காம் வகுப்பு வரை வகுப்பு ஆசிரியராக இருந்தார். பின்பு நான் ஐந்தாம் வகுப்பு படிக்கும்போது அவர் டீச்சர் டிரைய்னிங் கோர்ஸில் சேர்ந்து படிக்கப் போய்விட்டார். பிறகு திரும்பவும் ஆறாம் வகுப்பிலிருந்து ஒன்பதாம் வகுப்பு வரை முன்னேறி முன்னேறி எனக்கு வகுப்பு ஆசிரியராக இருந்தார். இப்படியெல்லாம் முன்னேறி நல்ல வசதியான நிலைக்கு வந்த அவர் பிறகு குடியிலும் சூதிலும் ஈடுபட்டு இறந்து போனார் என்று கேள்விப்பட்டேன்.

ஆர்ப்பி சார்தான் வரலாற்று ஆசிரியர் என்றாலும் பள்ளியின் கலாச்சார நடவடிக்கைகள் எல்லாம் சீனி. சண்முகம் சார்தான். பள்ளியில் எது நடந்தாலும் அதில் ‘படிக்கிற’ பையன்களுக்கு மட்டுமே இடம் உண்டு. ‘படிக்காத’ பையன்கள் அத்தனை

பேரும் கிட்டத்தட்ட தீண்டத்தகாதவர்களைப் போலவே நடத்தப்பட்டார்கள். ஆனால் பின்னாளில் என்ன நடந்தது என்றால், படித்த பையன்கள் (நான் உட்பட) பல்வேறு இடங்களில் குமாஸ்தாக்களாகவும், படிக்காத பையன்களே திரைகடல் ஓடி திரவியம் தேடியவர்களாகவும் மாறினோம். ஆக, வாழ்க்கையில் உருப்படுவதற்கு படிக்காத பையன்களாகத்தான் இருக்க வேண்டும் என்ற நிலை அப்போது நிலவியது. ஆனால் இன்றைய நிலை அதற்கு நேர்மாறாக இருப்பதாகத் தெரிகிறது.

சீனி. சண்முகம் சார் அப்படியே அந்தக் கலிங்கத்துப் போரை எங்கள் கண்முன்னே கொண்டுவருவார். மௌரியப் பேரரசின் அசோகச் சக்கரவர்த்தி தன் தந்தை பிந்துசாரனால் முடியாமல் போன கனவை நிறைவேற்றுவதற்காக கலிங்கத்தையும் தன் நாட்டோடு இணைக்க அதனுடன் போரிட்டு வெற்றி கொள்கிறான். ஆண்டு கி.மு. 264. ஆனால் அந்த வெற்றியின் பலி? ஒரு லட்சம் கலிங்க மக்கள் இறந்தனர்; ஒன்றரை லட்சம் பேர் அகதிகளாயினர். அந்தப் போரினால் தயா நதியே ரத்த வெள்ளமாக ஓடிக்கொண்டிருந்தது. போர்க்களத்தினூடே நடந்து செல்லும் அசோகன் அந்த மனித உடல்களுக்கிடையே ஒரு மூதாட்டியைப் பார்க்கிறான். தன் மகனைப் பறி கொடுத்துவிட்டுப் புலம்பும் அவளுடைய துக்கம்தான் அசோகன் தம்மத்தைத் தழுவியதற்கான முதல் பொறி. அந்த மூதாட்டியின் வேடத்தில் நான் நடித்தேன்.

அதற்குப் பிறகு நடிகை ஷகீலாவுடன் நடித்தேன். தவறாக நினைக்காதீர்கள். அப்போது ஷகீலா மலையாள சினிமா உலகில் நுழையவில்லை. என் நண்பர் ராஜேஷ்வர் எடுத்த ஒரு தொலைக்காட்சி சீரியலில் நடித்துக் கொண்டிருந்தார். அப்போது அவருடன் நடித்திருக்கிறேன். இந்த முன்னனுபவம் போதும் என்று நினைக்கிறேன். ஓகே?

15.4.2008

ஜோதிர்மயி

கடந்த 15.4.2008 அன்று ஒரு சந்தோஷமான செய்தி கிடைத்தது. அதை உங்களோடு பகிர்ந்து கொள்ளலாம் என்று ஒரு ஆசை. அன்றைய தினம் மலையாள இலக்கியப் பத்திரிகைகளான *மாத்ரு பூமி, கலா கௌமுதி* இரண்டிலுமே என்னுடைய கட்டுரைகள் கவர் ஸ்டோரிகளாக வந்துள்ள விஷயத்தை என் நண்பர்கள் கேரளாவிலிருந்து போன் செய்து தெரிவித்தார்கள். இது ஒரு மலையாள எழுத்தாளருக்கே கூட கிடைக்காத இடம் என்றார்கள். குறிப்பாக *கலா கௌமுதி* நண்பர்களுக்கு இதில் இரட்டிப்பு மகிழ்ச்சி. ஏனென்றால், *கலா கௌமுதியில்*தான் என்னுடைய *ராஸ லீலா* சுமார் இரண்டு ஆண்டுகள் தொடர்ந்து வாரா வாரம் வந்தது. “எங்களால் கொண்டாடப்படும் ஒரு எழுத்தாளருக்கு மற்றொரு பத்திரிகையிலும் பிரதான இடம் கிடைக்கிறது என்றால் அது எங்களுக்குக் கிடைக்கும் கௌரவம்தானே?” என்றார் *கலா கௌமுதி* ஆசிரியர் என்னிடம். ஆனால் தமிழ்நாட்டு நிலைமை அப்படி இல்லை. நான் *உயிர்மையில்* எழுதுவதால் மற்ற பத்திரிகைகள் அனைத்தும் என்னை blacklist செய்து வைத்திருக்கின்றன.

நான் சில கட்டுரைகளை நம்முடைய இணைய தளத்திலேயே

கூட ஏற்றுவதில்லை. காரணம், சங்கராச்சாரியார் விவகாரம். அந்த நண்பர் சொன்னார், எழுதியது கூட பரவாயில்லை; அதை இப்போதாவது இணைய தளத்திலிருந்து அகற்றிவிடுங்கள் என்று. "ஆ! அப்படியெல்லாம் நான் சமரசம் செய்து கொள்ள மாட்டேனாக்கும்" என்று வீறாப்பு பேசிவிட்டு இரண்டு ஆண்டுகளாக நான் பட்ட அவஸ்தை எனக்குத்தான் தெரியும். இனிமேலும் அந்த அவஸ்தைகளைப் படமுடியாது என்பதால் இப்போது... சமரசம் செய்து கொள்ளத் தயாராகி விட்டேன் என்று நினைத்து விடாதீர்கள். உஷாராகி விட்டேன். அதாவது, பிரச்சினைக்குரிய கட்டுரைகளை இணைய தளத்தில் ஏற்றுவதில்லை. இரண்டு நாட்களுக்கு முன்பு கூட பிரியங்கா-நளினி சந்திப்பு பற்றி *கலா கௌமுதியிலிருந்து* ஒரு கட்டுரை கேட்டார்கள். ஒரு மணி நேரத்தில் எழுதிக் கொடுத்தேன். அதை இணைய தளத்தில் ஏற்றுவதா வேண்டாமா என்று யோசித்துக்கொண்டிருக்கிறேன். என்னுடைய பல கட்டுரைகள் இப்படி மலையாளத்தில்தான் வந்து கொண்டிருக்கின்றன.

அதே 15ஆம் தேதி திருச்சூரிலிருந்து அஜயன் பேசினார். அஜயன், *போதி* என்ற மலையாளத் திரைப்படத்தின் இயக்குனர். படம் இன்னும் தயாரிப்பில் இருக்கிறது. ஒரு ஆண்டுக்கு முன்பாக கொச்சியில் வைத்து இந்தப் படத்தின் முதல் காட்சியைத் துவக்கி வைக்கும் நிகழ்ச்சிக்கு அழைக்கப்பட்டிருந்தேன். அப்போதுதான் இப்படத்தின் நாயகியான ஜோதிர்மயியின் நட்பும் ஏற்பட்டது. அப்போதே ஜோதிர்மயி என் எழுத்துக்களையும், மலையாளத்தில் வெளிவந்திருந்த *ஸீரோ டிகிரியையும்* வாசித்திருந்தார். பொதுவாக பிரபலங்களுடனான பரிச்சயம் அந்த முதல் சந்திப்பின் போதே முற்றுப் பெற்றுவிடும். அதுவும் சினிமா சம்பந்தப்பட்டவர்கள் என்றால் கேட்கவே வேண்டாம். அவர்களுடைய வேலைப் பளுவும் அப்படி. ஆனால் ஜோதியுடனான நட்பு அப்படி ஆகவில்லை. தொடர்ந்து குறுஞ்செய்திகள், தொலைபேசி உரையாடல்கள் என்று போய்க்கொண்டிருந்தது. பின்னர்

அவர் மலையாளத் தொலைக்காட்சிப் போட்டிகளிலும் என் பெயரை அடிக்கடி குறிப்பிடுகிறார் என்று கேள்விப்பட்டபோது ஆச்சரியப் பட்டேன். கொச்சி செல்லும்போது சில முறை சந்தித்தேன். அந்தச் சந்திப்புகள் வெகு இயல்பாக இருந்தன. ஒரு பிரபல நடிகை என்ற எந்த பந்தாவும் இல்லாமல் சகஜமாகப் பழகினார். ஒரு உணவகத்துக்கு அழைத்தால் எந்த மறுப்பும் சொல்லாமல் வந்தார். தமிழ்நாட்டுக் கலாச்சாரத்தோடு ஒப்பிட்டபோது என்னால் இதை நம்பவே முடியவில்லை. அது மட்டும் அல்ல. படப்பிடிப்பு சம்பந்தமாக சென்னை வந்தாலும் சந்தித்தார். ஆனால், கொச்சியைப் போல் இங்கே சிறிய உணவகங்களுக்குச் செல்ல முடியவில்லை. சோளாவிலுள்ள பெஷாவரி உணவகத்துக்குத்தான் செல்ல வேண்டியிருந்தது. முக்கியமாக கவனிக்க வேண்டிய விஷயம், சாப்பிட்டு விட்டு ‘டாட்டா’ காண்பித்து விட்டுப் போய் விடாமல், தன் காரிலேயே என் வீட்டுக்குக் கொண்டு வந்து விட்டுவிட்டும் போவார்.

ஒருநாள் ஜோதியிடமிருந்து அழைப்பு. “போதி படப்பிடிப்புக்காக எல்லோரும் ஹம்ப்பி செல்ல இருக்கிறோம்; நீங்களும் வருகிறீர்களா?”

எனக்குத் தெரிந்து தமிழ் இலக்கியச் சூழலில் ஜெயகாந்தனுக்குத் தான் சினிமா நடிகர்களோடு நெருங்கிய நட்பு இருந்தது என்று நினைக்கிறேன். இப்போது கமலுக்கு பல எழுத்தாளர்களோடு நட்பு இருக்கிறது. ஆனால் அங்கே மையப் புள்ளியாக இருப்பவர் கமல்தானே தவிர எழுத்தாளர் அல்ல. எனவே நான் சொல்வது அது அல்ல. ஒரு எழுத்தாளனை முன் வைத்து, அவனுடைய எழுத்தைப் போற்றிக் கொண்டாடி நட்பு பாராட்டும் சினிமா கலைஞர்கள் இருந்தார்கள் என்றால், அது ஜெயகாந்தனுக்கு மட்டுமே நடந்தது. அந்தக் காலத்தில் ஸ்ரீகாந்த், லட்சுமி போன்ற நடிகர்கள் ஜெயகாந்தனின் எழுத்து பற்றிப் பேசியது எனக்கு ஞாபகம் இருக்கிறது. ஜெயகாந்தன் எழுதுவதை நிறுத்தியதும் லட்சுமியும் படிப்பதை நிறுத்திவிட்டார் என்று நினைக்கிறேன். அவருடைய தொலைக்காட்சி நிகழ்ச்சிகளைப் பார்த்தால் அப்படித்தான் தெரிகிறது. ஆனால் ஸ்ரீகாந்த் தொடர்ந்து படித்து வருகிறார் போல் இருக்கிறது. “என்னப்பா, அந்த ஆள் இந்த

மாதிரி எழுதுகிறார்!" என்று என் நண்பர் ஒருவரிடம் ஸ்ரீகாந்த் என்னைப் பற்றி வியந்ததாகக் கேள்விப்பட்டேன். இப்போது நாகேஸ்வர ராவ் பூங்காவில் தினசரி காலையில் பார்க்கிறேன். இன்னும் 15 ஆண்டுகளுக்குள் பேசிவிடுவேன் என்று நம்புகிறேன்.

15 ஆண்டுகள்? ஆம். நான் உறுப்பினராக உள்ள திரைப்படக் கழகத்தில் கடந்த 15 ஆண்டுகளாக பாலுமகேந்திராவைப் பார்த்து வருகிறேன். ஆனாலும் பேசியதில்லை. கூச்சம்தான் காரணம். என்னுடைய புத்தக வெளியீட்டு நிகழ்ச்சியில்தான் முதல்முதலாகக் கை குலுக்கி அறிமுகப்படுத்திக் கொண்டேன்.

சுஜாதாவுக்கு சினிமா உலகில் நல்ல மதிப்பு இருந்தது. ஆனால் ஜெயகாந்தனுக்கும் தமிழ் சினிமாவுக்கும் இருந்தது போன்ற உறவு அல்ல அது. சுஜாதாவை தமிழ் சினிமா உலகம் பயன்படுத்திக் கொள்ளவே இல்லை. சொல்லப் போனால் அங்கவை, சங்கவை என்றெல்லாம் பெயர் வைத்து, 'பழக வாருங்கள்' என்று வசனம் எழுதச் சொல்லி, அகநானூற்றுக்கும், புறநானூற்றுக்கும் உரை எழுதித் தமிழுக்குத் தொண்டாற்றிய சுஜாதாவை சினிமா உலகம் அவமானப்படுத்தியது என்றே சொல்லவேண்டும். சுஜாதாவுக்கு இலக்கிய உலகில் ஒரு அவப்பெயர் ஏற்படுவதற்கு மட்டுமே சினிமா உலகம் காரணமாக இருந்தது. அவருடைய புதினங்கள் கூட சரியானபடி திரைப்படமாக்கப்படவில்லை. இது குறித்த தன் மன வேதனைகளை சுஜாதா அவ்வப்போது தெரிவித்தும் வந்திருக்கிறார்.

பாதை மாறி எங்கோ சென்றுவிட்டேன் போலிருக்கிறது. நான் சொல்ல வந்தது வேறு. ஜோதிர்மயி நல்ல நட்புக்கு உரியவராக இருக்கிறார். சகஜமாக இருக்கிறார். இன்றைய தினம் அவரிடமிருந்து தொலைபேசி அழைப்பு, "*மாத்ரு பூமி*யிலும், *கலா கௌமுதி*யிலும் உங்கள் கட்டுரைகளைப் படித்தேன். எங்கே ஆளையே காணோம்? ரொம்ப நாட்களாகப் பேசவில்லையே?"

கடந்த 30 ஆண்டுகளாகத் தமிழில் எழுதி வருகிறேன். பார்த்திபனைத் தவிர வேறு ஒரு ஆத்மா கூட இப்படி என்னைக் கேட்டதில்லை. ஆண் ஆத்மாக்களே கேட்கவில்லை என்கிற போது பெண் ஆத்மாக்களைப் பற்றிப் பேசி என்ன பயன்?

15ஆம் தேதி என்னைத் தொடர்பு கொண்ட அஜயன் “நாளை சென்னை வருகிறேன். இருப்பீர்களா?” என்றார். இருப்பேன் என்றதும் “கட்டாயம் இருக்க வேண்டும்” என்றார். கட்டாயம் என்றதும் எனக்குச் சற்று எரிச்சல் ஏற்பட்டது. இவர் ஏதோ சினிமா வேலையாக சென்னை வருகிறார். அதற்கு நான் ஏன் கட்டாயம் இருக்க வேண்டும் என்று நினைத்தேன். நான் அப்போது ஒரு கட்டுரையை எழுத வேண்டிய அவசரத்தில் இருந்தேன்.

காலையில் தாமதமாக எழுந்து தியானத்தை முடித்துவிட்டு சாவகாசமாக தொலைபேசியை எடுத்தால் ஐந்து அழைப்புகள். அஜயன். அவசரமாக அழைத்தேன். நேராக வீட்டுக்கு வருவதாகவும், வீட்டு முகவரி வேண்டும் என்றும் கேட்டார். “ஏன், லாட்ஜில் ரூம் போட்டு குளித்து முடித்துவிட்டு பத்து மணிக்கு மேல் வாருங்களேன்” என்றேன். எனக்கு என்னுடைய பிரச்சினை. காலையில் ஒன்பதரை மணிக்கு அவந்திகா அலுவலகம் கிளம்பும் வரை வீடு அல்லோலகல்லோலப்படும். இந்தக் கூத்துக்கிடையில் இவரோடு நான் எப்படிப் பேசுவது? ஆனால் அஜயன் தீர்மானமாக இருந்தார். “உங்களைப் பார்க்க வேறொரு நண்பரும் வந்திருக்கிறார். இரண்டு பேரும் வந்து உங்களைப் பார்த்து விட்டுத்தான் மறுவேலையெல்லாம்.” அதற்கு மேல் நான் மறுக்கவில்லை.

நேராக ரயிலிலிருந்து இறங்கியிருக்கிறார்கள். கையில் ஒரு பை கூட இல்லை. பல் விளக்கி முகம் கழுவிக்கொள்ளச் சொன்னேன். சென்னையில் அவர்களுக்கு வேறு வேலை எதுவும் இல்லை. மே 11ஆம் தேதி திருச்சூர் சாலக்குடியில் நடக்க இருக்கும் கேரள சாம்பவர் சமூகத்தினரின் மாநில மாநாட்டுக்குத் தலைமை தாங்கிப் பேசுவதற்காக என்னை அழைக்கவே அவர்கள் இருவரும் கொச்சியிலிருந்து சென்னை வந்திருக்கின்றனர். திரும்பவும் நேராக சென்ட்ரல் போய் கேரளா கிளம்ப வேண்டியதுதான் என்றார்கள். இதற்கா இப்படி 15 மணி நேரம் பயணம் செய்து வந்தீர்கள்? இப்போது திரும்பவும் 15 மணி நேரம் பயணம் செய்ய வேண்டுமே? இந்த விஷயத்தைத் தொலைபேசியிலேயே பேசி இருக்கலாமே?

“உங்களை நேரில் சந்தித்து ஐந்து நிமிடம் பேச வேண்டும்; அதுதான் முக்கியம்” என்றார்கள்.

போதிக்காக உருவாக்கப்பட்டிருக்கும் ஒரு பாடலைப் போட்டுக் காட்டினார் அஜயன். சிவகுமார் என்பவர் இயற்றிய பாடல். இசை வி.கே. ஸ்ரீனிவாஸ். ஆதிவாசி மக்களின் இசைக் கருவிகள் பயன்படுத்தப்பட்ட ஒரு அருமையான பாடல் அது. பாடியிருப்பவர் மஞ்சரி. காட்சி ஹம்ப்பியில் எடுக்கப்பட்டிருந்தது. ஆதிவாசிப் பெண்ணாக நடித்திருந்தார் ஜோதிர்மயி.

என்னைப் பொறுத்தவரை அஜயன் கொச்சியில் இருந்து இல்லாமல், தில்லியிலிருந்து வந்திருந்தாலும் நன்றாக இல்லை என்றால் நன்றாக இல்லை என்றே சொல்லியிருப்பேன். அது அஜயனுக்கும் தெரியும். ஏனென்றால், கோட்டயத்தில் மகாத்மா காந்தி பல்கலைக் கழகத்தில் நடந்த ஒரு திரைப்பட விழாவில் *ஸாய்ரா* என்ற படம் திரையிடப்பட்டது. டாக்டர் பிஜு குமார் என்பவரின் முதல் படம். நெடுமுடி வேணு, நவ்யா நாயர் ஆகியோர் நடித்தது. கான் திரைப்பட விழாவில் திரையிடப்பட்ட படம். படம் முடிந்ததும் மாணவர்களிடையே அத்திரைப்படம் குறித்துப் பேசுமாறு அழைக்கப்பட்டேன். இயக்குனர் பிஜு குமாரும் மேடையில் என் அருகில்தான் அமர்ந்து இருந்தார். கிட்டத்தட்ட டி. ராஜேந்தர் படத்தை விட மட்டமாக இருந்தது *ஸாய்ரா.* அவர்களுக்கு டி.ராஜேந்தர் என்றால் புரியாது. அதனால் லால் ஜோஸ் இயக்கிய *அரபிக் கதா* இதை விட தேவலாம் என்று சொன்னேன். அப்புறம் எப்படி இந்தப் படம் கான் திரைப்பட விழாவுக்குச் சென்றது? காரணம், இதன் கரு இந்தியாவில் நிகழ்ந்துகொண்டிருக்கும் பயங்கரவாத நடவடிக்கைகளைப் பற்றியதாக இருந்தது. பதின்மூன்றே தினங்களில் 12 லட்ச ரூபாயில் எடுக்கப்பட்ட படம். *சாய்ராவை* (நவ்யா நாயர்) ஒரு காட்சியில் கலவரக்காரர்கள் பலர் வன்கலவி செய்து விடுகின்றனர். அவர்களிடமிருந்து தப்பி முழு நிர்வாணமாக ஓடி வருகிறாள் ஸாய்ரா. நவ்யா நாயரின் இந்தத் துணிச்சலும், நடிப்பும் எல்லாமே வீண். படம் அவ்வளவு குப்பை. கிராமத்துப் பள்ளிகளில் டிராமா போடுவார்களே அந்தத் தரத்தில் இருந்தது படம். அவ்வளவையும் சொன்னேன். எனக்கு அடுத்துப் பேசிய

டாக்டர் ஹாரிஸும் என் கருத்தை ஒட்டியே பேசினார். (டாக்டர் ஹாரிஸ் அந்தப் பல்கலைக்கழகத்தில் ஆங்கிலத்துறைப் பேராசிரியர்). மாணவர்களும் என் கருத்தையே ஆமோதித்தனர். ஆனால், இதில் ஒரு நல்ல விஷயம் என்னவென்றால், அங்கே 12 லட்ச ரூபாயில் ஒரு முழு நீளப் படத்தை எடுத்து கான் திரைப்பட விழா வரை அனுப்பி வைக்க முடிகிறது என்பதுதான். அதிலும் நவ்யா நாயர், நெடுமுடி வேணு போன்ற பிரபல நடிகர்கள் நடித்துக் கொடுக்கிறார்கள். நிச்சயமாக ஒரு பைசா கூட சம்பளம் வாங்கியிருக்க மாட்டார்கள் என்பது உறுதி.

இங்கே எனக்கு ஒரு சம்பவம் ஞாபகம் வருகிறது. ஹம்ப்பியில் படப்பிடிப்பு முடிந்து ஜோதிர்மயி கிளம்பிக்கொண்டிருந்த வேளையில் இயக்குனர் அஜயனைப் பார்த்தபோது ஜோதிக்கு ஏதோ வித்தியாசமாகத் தோன்றியிருக்கிறது. அது ஒரு மாலை நேரம். “சாப்பிட்டீர்களா?” என்று கேட்டிருக்கிறார் ஜோதி. தயக்கத்துடன் இல்லை என்று சொல்லியிருக்கிறார் இயக்குனர். காரணம், இயக்குனர் அஜயனிடம் அப்போது ஊருக்குப் போய்ச் சேருவதற்கான பயணச்சீட்டு மட்டும்தான் இருந்திருக்கிறது. கொண்டுவந்த பணமெல்லம் படப்பிடிப்பில் காலி. கையில் ஒரு பைசா இல்லை. காலையிலிருந்தே சாப்பிடவும் இல்லை. “எல்லோரும் முதலில் சாப்பிடுங்கள்” என்று சொல்லி ஆயிரம் ரூபாய் பணத்தைக் கொடுத்திருக்கிறார் ஜோதிர்மயி. இதை சில நாட்கள் கழித்து அஜயன்தான் என்னிடம் சொன்னார். ஜோதியை நேரில் பார்த்தபோது இது பற்றி விசாரித்தேன். “சே சே.. இதைப் போய் உங்களிடம் சொல்லிவிட்டாரா அந்த அஜயன்... என் கடவுளே!” என்று உண்மையிலேயே லஜ் ஜையுடன் நெளிந்தார் ஜோதிர்மயி.

மலையாளச் சூழல் எப்படியிருக்கிறது என்பதற்காக இதை யெல்லாம் எழுதத் தோன்றியது எனக்கு.

20.4.2008

சினிமா! சினிமா!

இந்தக் காலகட்டத்து சினிமா நடிகர்கள் ரொம்ப உஷார். ஒருநாள் பார்த்திபனைப் பார்த்தபோது கல்லூரி மாணவனைப் போல் இருந்தார். "என்ன இது?" என்று கேட்டால் அவர் அதே கேள்வியை என்னைத் திருப்பிக் கேட்டார். "அது இருக்கட்டும்; நான் என்ன சினிமா நடிகனா? உங்கள் ரகசி யத்தைச் சொல்லுங்கள்" என்றேன். யோகா, தியானம், அரிசிக்குப் பதிலாக வெறும் திரவ உணவு என்று அடுக்கினார்.

அடிக்கடி நான் வெஸ்ட்மின்ஸ்டர் பாரில் நடிகர் விக்ரமைப் பார்ப்பதுண்டு. அவர் கையில் வைத்திருக்கும் க்ளாஸ் மற்றும் அந்தத் திரவத்தின் நிறம் போன்றவற்றைப் பார்த்து பேரர் ஆறுமுகத்திடம் "அது என்ன?" என்று உசாவிய போது வெறும் ஜூஸ் என்று தெரிந்தது. ஒருநாள் அங்கே வைத்து என்னை இயக்குனர் அமீர் சந்தித்துக் கை குலுக்கினார். கொல்லன் பட்டறையில் ஈக்கு என்ன வேலை? அமீர் ஒரு டீடோடலர். "விக்ரமுடன் பேசிக்கொண்டிருப்பதற்காக வந்தேன்" என்றார். அப்போதுதான் திரும்பிப் பார்த்தேன்.

விக்ரம். (நான் நீச்சல் குளத்தை நோக்கி அமர்ந்திருப்பேன்

என்பதால் பின்னே யார் யார் இருக்கிறார்கள் என்பதைப் பார்க்கும் வாய்ப்பில்லை) விக்ரமுக்கு என்னையும் நிக்கியையும் அறிமுகப்படுத்தினார் அமீர். அப்போது விக்ரம் நிக்கியிடம் சொன்னார், “உங்களை அநேகமாக தினந்தோறும் பார்ப்பேன்; ஆனால் பேசியதுதான் இல்லை.” எப்படி என்று ஆச்சரியமாகக் கேட்டான் நிக்கி. “உங்கள் வீட்டுக்குப் பக்கத்து வீடுதான் என் வீடு.”

அப்போது குறுக்கிட்ட நான் “நிக்கி, உன் வழக்கப்படி ‘நீங்கள் எங்கே வேலை செய்கிறீர்கள்?’ என்று ஆரம்பித்துவிடாதே. இவர் ஒரு பிரபல சினிமா நடிகர்” என்றேன்.

நிக்கி என்னை முறைத்துவிட்டு “ஹலோ, இது ரொம்ப ஓவர்... இவரை ஒரு படத்தில் நான் பார்த்திருக்கிறேன். ஏதோ ஒரு ஆதிவாசி வேடத்தில். பல்லெல்லாம் வெற்றிலைக் காவியோடு... யெஸ்... *நான் கடவுள்*” என்றான்.

“உன்னுடைய சினிமா அறிவுக்கு நீ தமிழ் சினிமா பற்றி பெரிய புத்தகமே எழுதலாம். நீ சொல்லும் படம் *நான் கடவுள்* அல்ல, *பிதாமகன்*” என்று நிக்கியிடம் சொல்லிவிட்டு விக்ரமிடம் “உங்களை இங்கே அடிக்கடி பார்த்திருக்கிறேன்” என்றேன்.

அவர் ஒருக்கணம் திகைத்துப் பின்னர் சுதாரித்துக்கொண்டு “சார்... தவறாக நினைத்துவிடாதீர்கள். நான் வெறும் ஜூஸ் மட்டும்தான் குடிப்பேன். இருந்தாலும் இங்கே வருவது ஏனென்றால் இந்த இடம்தான் நமக்கு ரொம்பவும் நெருக்கமாகத் தோன்றுகிறது” என்றார்.

ஒரு மூன்று மணி நேரத்துக்கு ஒரு இயக்குனரும், ஒரு பிரபல நடிகரும் ஒரு பாரில் அமர்ந்து வெறும் ஜூஸ் மட்டுமே குடிக்கும் அளவுக்குத் தமிழ் சினிமா உலகம் சீரியஸாக மாறியிருக்கிறது என்றால் பார்த்துக்கொள்ளுங்கள்.

இந்த நிக்கி இருக்கிறானே... அவனுக்கும் டாக்டர் ராமதாஸைப் போலவே சினிமா என்றால் ஆகாது. சினிமாவும் பார்ப்பதில்லை. ஒருநாள் விமானத்தில் பக்கத்து இருக்கையில் இருந்த நபர்

நிக்கியை வெறித்து வெறித்துப் பார்த்திருக்கிறார். இவனுக்கோ ஒன்றும் புரியவில்லை. கொஞ்ச நேரம் கழித்து அவரே நிக்கியிடம் தன் பெயரைக் கூறி அறிமுகம் செய்து கொண்டிருக்கிறார். நிக்கியும் தன் பெயரைக் கூறியிருக்கிறான். மீண்டும் அவர் அவனைக் குழப்பமாகப் பார்த்து விட்டு "நீங்கள் எந்த ஊரில் இருக்கிறீர்கள்?" என்று கேட்க, இவன் "சென்னை" என்று சொன்னதும், அவர் தான் ஒரு சினிமா நடிகன் என்று கூறி யிருக்கிறார். விஷயம் உங்களுக்குப் புரிந்துவிட்டதல்லவா? தான் ஒரு பிரபலமான நடிகனாக இருந்தும் இந்த ஆள் தன்னை ஒரு பொருட்டாக மதிக்கவில்லையே என்று அவருக்கு ஆச்சரியம். அவர் அப்படிச் சொன்னதும் "ஓஹோ..." என்று சாவகாசமாகச் சொல்லிவிட்டு ஐ ஷேடை எடுத்து மாட்டிக்கொண்டு உறங்கிவிட்டானாம் நிக்கி.

"யார் அந்த நடிகர்?" என்று கேட்டேன். நிச்சயம் ரஜினியாக இருக்காது. நிக்கிக்கு ரஜினி, கமல் போன்றவர்களைத் தெரியும். "ஏதோ சூர்யா என்று சொன்னதாக ஞாபகம். அந்தப் பெயரில் சிவகுமாருக்கு ஒரு பையன் உண்டு அல்லவா? ஆனால் இவர் எஸ் என்று சொல்லாமல் ஒரு தினுசான இனிஷியல் அல்லவா சொன்னார்?"

நிக்கிக்கு நான் விளக்கம் ஏதும் சொல்லவில்லை. சொன்னால் மேலும் பல குழப்பமான கேள்விகளைக் கேட்பான்.

இந்தியாவின் சூப்பர் ஸ்டார் அமிதாப் பச்சன் என்கிறார் பால் தாக்கரே. எனக்கு அதில் உடன்பாடு இல்லை. இந்தியாவின் சூப்பர் ஸ்டார் ரஜினிதான். சந்தேகமே இல்லை. ரஜினியிடம் ஏதோ ஒரு வசீகரமான சக்தி இருக்கத்தான் செய்கிறது.

சுஜாதா காலமான அன்று சுஜாதா வீட்டுக்கு ரஜினியும் வந்திருந் தார். ஒரு சாதாரண நாலு முழ வேஷ்டி. வெள்ளை சட்டை. வழுக்கைத் தலை. தாடி. காலில் செருப்பு இல்லை. ஆனால் புயல் வேக நடை. எல்லோரும் அவர் பின்னால் ஓட வேண்டி யிருந்தது. ஓடினார்கள் பத்திரிகையாளர்கள். வந்தார், வென்றார்,

சென்றார் என்பார்களே அப்படித்தான் இருந்தது. எல்லோருமே ஒன்றும் புரியாமல் என்ன நடக்கிறது, ஏன் நடக்கிறது என்று புரியாமல் முழித்துக்கொண்டிருந்தோம். அப்புறம் கமல் வந்தார். எந்த சலசலப்பும் இல்லாமல் அமைதியாக இருந்தது சூழல்.

ஒருநாள் மதியம் விஷாலும் நானும் அபிராமபுரத்தில் உள்ள ஒரு பஞ்சாபி டாபாவில் சுக்கா ரொட்டி சாப்பிட்டுக்கொண்டிருந்தோம். ஹொகனேக்கல் நீர்த் திட்டத்தை கன்னடர்கள் சிலர் எதிர்ப்பதற்கு உண்ணாவிரதம் இருந்து எதிர்ப்பு தெரிவித்துக் கொண்டிருந்தனர் தமிழ் சினிமா நடிகர்கள். தொலைக்காட்சியில் அதை முழு நேர ஒளிபரப்பாகக் காண்பித்துக் கொண்டிருந்தார்கள். அந்த நடிகர்களை வேடிக்கை பார்ப்பதற்கு வேகாத வெயிலில் நின்று கொண்டிருந்த கல்லூரி மாணவ மாணவிகளின் கூட்டத்தைப் பார்த்து எனக்கு அழுவதா சிரிப்பதா என்று தெரியவில்லை.

அதில் சத்யராஜ் பேசிய பேச்சு இருக்கிறதே, இனவாதத்தின் உச்சம். பெரியாரின் வழியில் நடப்பதாக நம்பும் பலரும் ஏன் இப்படி இனவாதிகளாக இருக்கிறார்கள் என்பது எனக்குப் புரியவே புரியாத புதிர். கிட்டத்தட்ட ஒரு ஹிட்லர் போலவே பேசிக்கொண்டிருந்தார் சத்யராஜ். அதுவும் ரஜினியை அவர் ஏன் பெயர் குறிப்பிடாமல் அவ்வளவு துவேஷமாகப் பேச வேண்டும், அதுவும் ஒரே மேடையில் என்று எனக்கு சுத்தமாகப் புரியவில்லை.

சுஜாதா இரங்கல் கூட்டத்தில் சத்யராஜை நான் வேறொரு மனிதராகப் பார்த்தேன். என் புத்தகங்களைப் படித்திருப்பதாகச் சொன்னார். சினிமாவில் பார்ப்பது போலவே கலாட்டாவாக இருந்தார்; அது போலவே பேசினார். என் வெளிநாட்டுப் பயணங்கள் பற்றி நான் எழுதியிருப்பவற்றை நினைவுகூர்ந்து சிரிக்க சிரிக்கப் பேசினார். (ஆனால் பார்த்திபன் இப்படி இல்லை. நேரில் படு சீரியஸாக இருப்பார்.) அப்படிப் பார்த்த சத்யராஜா இது என்று வியந்து கொண்டிருந்தேன். அப்போது விஷால் “இப்போது கமல் பேசுவார் பாருங்கள்; நீங்கள் பேசுவது போலவே இருக்கும்; ஒருத்தருக்கும் புரியாது...” என்றான்.

அவன் வாயில் சர்க்கரைதான் போட வேண்டும். கமல் வந்தார்.

"ஆதிவாசியாக இருந்த மனிதக் கூட்டம் பின்னர் நதிக் கரை யிலேதான் நாகரிகமடைந்தது என்பது நமக்குத் தெரியும்; எகிப்திய நாகரிகம் நைல் நதிக் கரையிலும், மெஸபடோமிய நாகரிகம் டைக்ரிஸ் நதிகரையிலும், ரோமானிய நாகரிகம் திபேர் நதிக் கரையிலும், நம்முடைய சிந்து நாகரிகம்..." நடிகர்களைப் பார்க்க வந்து அதுவரை வெயிலில் புழுங்கிக்கொண்டிருந்த கூட்டம் சோடா குடிக்க நகர்ந்தது.

நாங்களும் அதற்குள் சுக்கா ரொட்டியை சாப்பிட்டு முடித்திருந்தோம்.

21.4.2008

சந்தோஷ் சுப்ரமணியம்

இப்போதெல்லாம் நான் தமிழ் சினிமா பற்றிய விமர்சனங்களை எழுதத் துணிவதில்லை. காரணம், அந்த விமர்சனங்களுக்கு வரும் எதிர்வினைகள் என்னை அவமானப்படுத்துவதாக இருக்கின்றன. அப்படிப்பட்ட எதிர்வினைகளைச் செய்வது சினிமாக்காரர்கள் அல்ல. தமிழ் எழுத்தாளர்களும், சிறுபத்திரிகை சினிமா விமர்சகர்களுமே ஆவர். இந்தக் காரணத்தினாலேயே அஞ்சாதே படத்தைப் பற்றி எழுதவில்லை. தமிழ் மக்கள் ரசித்துப் பார்த்த அந்தப் படம் எனக்கும் பிடித்தே இருந்தது. ஒரு நல்ல ஜனரஞ்சக சினிமா அது. மிஷ்கின் ஒரு உயர்ந்த கலாரசனையும், சுரணையுணர்வும் கொண்ட இயக்குனர் என்பதற்கான அடையாளங்கள் அப்படத்தில் பல இடங்களில் தென்பட்டன. உதாரணமாக பிணத்தை மோட்டார் சைக்கிளில் எடுத்துக் கொண்டுவரும் போலீஸ்காரனும், அந்தக் கிழவியும். பெண்களைக் கடத்தும் வில்லனாக வருபவன் தன்னைப் பற்றியும், பெண்களைப் பற்றியும் போகிற போக்கில் சொல்லிச் செல்லும் விஷயங்கள் க்ளாஸிக் டச். மேலும், மூன்று மணி நேரத்துக்கு மேல் கொஞ்சம் கூட அலுக்காமல் கதை சொல்வது என்பது சாதாரணமான விஷயம் அல்ல. இவை தவிர, தமிழ்ப் படங்களில் வழக்கமாகக் காணப்படும் அருவருப்பான அம்சங்கள் எதுவுமே இந்தப் படத்தில் இல்லாமல் இருந்தது.

அதன் பின்னர், நான் பார்த்த இரண்டு படங்களுமே என்னைப் பெரிதும் ஏமாற்றிவிட்டதால் தமிழ்ப் படங்களின் பக்கமே செல்லாமல் இருந்தேன். *வெள்ளித் திரை, அறை எண் 305ல் கடவுள்* – இந்த இரண்டு இயக்குனர்களின் முந்தின படங்கள் என்னை மிகவும் ஈர்த்தவை. ஆனால் *இம்சை அரசனைப்* போல் *கடவுளில்* ரசிக்கத்தக்க அம்சங்கள் குறைவு. காரணம், கடவுளும் மற்றவர்களும் எப்போதும் பிரசங்கம் செய்துகொண்டே இருந்தார்கள். ஆனால் அவர்கள் சொல்வது எல்லாமே மிக முக்கியமான விஷயங்கள். குறிப்பாக, *வாழ்க்கை எங்கே செல்கிறது?* என்ற கட்டுரையில் நான் விவாதித்திருக்கும் விஷயம்தான் *கடவுள்* படத்தின் கரு. இருந்தாலும் didactic ஆக இருந்ததால் படம் காலி. பரீவ்யூ ஷோவுக்கு அழைத்திருந்தார் சிம்பு தேவன். மறுநாள் தி.நகரில் உள்ள ஒரு தனிமையான காஃபி ஷாப்பில் உட்கார்ந்து படத்தைப் பற்றி நீண்ட நேரம் விவாதித்தோம். அங்கே மதனையும் பார்த்தேன். அந்தக் காஃபி ஷாப்பின் பெயர் ஏதோ வாயில் நுழையாத பெயராக இருந்தது.

இந்த நிலையில் இரண்டு தினங்களுக்கு முன்பு என்னைச் சந்தித்த இளம் காதல் ஜோடி ஒன்று என்னை ஒரு தமிழ்ப் படத்திற்கு அழைத்தது. இருவருமே என்னுடைய எழுத்தின் தீவிர வாசகர்கள் என்று தெரிந்தது. பெண்ணின் வயது 17. பெயர் வதனா. இப்போதுதான் பள்ளியிறுதி வகுப்பை முடித்துவிட்டு கல்லூரி செல்ல இருக்கிறாள். ஆணின் வயது 26. காமராஜ்.

ஜோடியுடன் சென்ற படம் *சந்தோஷ் சுப்ரமணியம்*. சமீப காலத்தில் நான் படு உற்சாகமாகப் பார்த்து ரசித்த படம் இதுதான் என்று சொல்லலாம். சிரித்துச் சிரித்து வயிறே புண்ணாகிவிட்டது. சிரிப்புப் படம் அல்ல. ஆனாலும் அப்படிச் செய்திருக்கிறார்கள். குடும்பம் என்பது எப்படிப்பட்ட ஒரு அடக்குமுறை அமைப்பாக இருக்கிறது என்பதை மிக வலுவாகச் சொல்லியிருக்கிறார் இயக்குனர். இந்த இயக்குனரின் முந்தைய

படமான எம். குமரன் S/o மஹாலக்ஷ்மி என்ற படத்தையும் ரசித்துப் பார்த்தது ஞாபகம் இருந்தது. விஷாலிடம் சொன்ன போது “இப்படங்களின் இயக்குனர் ராஜா நல்ல மொழி பெயர்ப்பாளர்” என்றான். அதாவது, இரண்டு படங்களுக்குமே மூலம் தெலுங்கு.

மனிதாபிமானிகள் என்று தம்மைக் கருதிக்கொள்பவர்கள் எத்தனை பெரிய ஃபாஸிஸ்டுகள் என்பதை சந்தோஷ் சுப்ரமணியம் வெகு சுவாரசியமாக எடுத்துச் சொல்கிறது. இன்றைய காலகட்டத்தில் மனிதாபிமானம்தான் மிகப் பெரிய ஃபாஸிஸம். சக மனிதன் மீது அன்பு செலுத்துவதாகக் கருதிக் கொள்பவன் தன்னை மற்றவர்களிடமிருந்து உயர்ந்த இடத்தில் வைத்துக்கொள்கிறான். அந்த இடத்திலிருந்து ஆரம்பிப்பதுதான் ஃபாஸிஸம். மற்றவர்களை மன்னிப்பவனும் இதே இடத்தில்தான் இருக்கிறான். மன்னிப்பதன் மூலம் அவன் மற்றவனை விட மேலான இடத்தில் சென்று அமர்ந்து கொள்கிறான். இந்தப் படத்தின் Patriarch - ஆன ப்ரகாஷ் ராஜ் அப்படிப்பட்ட ஒரு பாத்திரம்தான்.

படத்தின் ஹீரோ ரவிக்கு 24 வயது ஆவதாக படத்தில் சொல்லப்படுகிறது. நிஜ வயதும் அதேதான் இருக்கும். ஆனால் படத்தில் அவர் முகம் 34 வயதுக்காரரைப் போல் தெரிகிறது. 54 வயது ஆகும் கமல் எல்லாம் 24 வயதுத் தோற்றத்தை முகத்தில் கொண்டுவரும் போது, நிஜமாகவே 24 வயது ஆகும் ரவி 34 வயது ஆனவரைப் போல் தோற்றம் தருவது அதிர்ச்சியாக இருந்தது.

3.6.2008

கனிமொழிக்கு ஒரு கடிதம்

அன்புள்ள கனிமொழி,

வணக்கம்.

சமீபத்தில் 2.8.2008 தேதியிட்ட தினமலர் நாளிதழில் தங்களுடைய புகைப்படத்தைப் பார்த்தேன். அதில் ஒன்றும் ஆச்சரியமில்லை. இப்போதெல்லாம் தங்கள் புகைப்படங்களை அடிக்கடி பார்க்க முடிகிறது. ஆனால் இந்தப் புகைப்படத் தின் விசேஷம் என்னவென்றால், இதில் நீங்கள் சென்னை உட்லண்ட்ஸ் தியேட்டரில் ஆதரவற்ற பள்ளிக் குழந்தைகளுக்காகத் திரையிடப்பட்ட குசேலன் திரைப்படத்தை அந்தக் குழந்தை களோடு பார்த்து அவர்களுக்கு வாழ்த்தும் தெரிவித்திருக்கிறீர்கள்.

இதுதான் என்னுடைய அதிர்ச்சிக்குக் காரணம். இதையே

நடிகை த்ரிஷா போன்றவர்கள் செய்திருந்தால் நான் அதிர்ச்சி அடைந்திருக்க மாட்டேன். கண் பார்வையற்ற குழந்தைகள் பள்ளி, அனாதைக் குழந்தைகள் பள்ளி போன்ற இடங்களில் தங்கள் பிறந்த நாள் அன்று சென்று கேக்கும் மிட்டாயும் கொடுப்பது அந்த நடிகைகளின் பொழுதுபோக்குகளில் ஒன்று. அது பற்றியும் எனக்கு எந்தப் புகாரும் இல்லை. ஏனென்றால், லெதர் பாருக்குப் போவது போல் திரிஷாவுக்கு மேற்படி இடங் களுக்குச் செல்வதும் ஒரு பொழுதுபோக்குதான் என்றாலும், அந்தக் கண் பார்வையற்ற குழந்தைகளுக்கும், அனாதைக் குழந்தைகளுக்கும் அப்படி ஒரு நடிகை தங்களைப் பார்க்க வருவது அவர்களின் இருள் சூழ்ந்த உலகில் ஒரு மின்னல் தெறிப்பைப் போன்ற தருணமாகத்தான் இருக்கும் என்பதில் சந்தேகம் இருக்க முடியாது.

ஆனால், நீங்களோ அந்த அனாதைக் குழந்தைகளோடு சேர்ந்து குசேலன் படம் பார்த்திருக்கிறீர்கள். குசேலன் படம் ஒரு குப்பை என்பதைத் தாங்கள் அறிவீர்கள். ஏனென்றால் உங்களுக்கு உலக இசை, உலக சினிமா, உலக இலக்கியம் போன்றவற்றில் நல்ல ரசனையும் உண்டு என்பது எனக்கு நன்றாகவே தெரியும். உங்களுக்கு ஒரு விஷயத்தை ஞாபகப்படுத்துகிறேன். நீங்கள் இந்து பத்திரிகையில் பணியாற்றிக்கொண்டிருந்த நேரம். இப்போது 15 ஆண்டுகள் இருக்கலாம். ஃபிலிம் சேம்பர் தியேட்டரில் தினந்தோறும் ஏதாவது ஒரு 'க்ளாஸிக்' ஓடிக்கொண்டிருக்கும். எல்லாமே மிக முக்கியமான உலக சினிமாக்கள்.

அங்கே உங்களை அநேகமாக தினமுமே பார்த்திருக்கிறேன். அப்போது நான் என் மகள் ரேஷ்மாவுடன் தனியாக வாழ்ந்து கொண்டிருந்த காலம். அவள் வயது ஆறு. அவளோடுதான் படத்துக்கு வருவேன். ஆனால், அரங்கத்தின் முன் பகுதியில் எனக்காகவும் ரேஷ்மாவுக்காகவும் இரண்டு இருக்கைகள் எப்போதுமே ஒதுக்கப்பட்டிருக்கும். அவை தணிக்கை செய்யாத படங்கள் என்பதால் ஒருவேளை சிறுவர்கள் பார்க்கக் கூடாத காட்சிகளும் இடம் பெற்றிருந்தால் அம்மாதிரி காட்சிகள் வரும் முன்பே ரேஷ்மாவுடன் வெளியே வந்துவிடுவதற்கு ஏதுவாகவே

அப்படி முன் இருக்கையில் வாசலுக்கு மிக அருகே இரண்டு இருக்கைகள் எனக்கும் என் மகளுக்கும் காலியாக இருக்கும்.

சரி, குசேலனுக்கு வருகிறேன். அது ஒரு குப்பைப் படம் என்பது பற்றி ஒன்றும் பிரச்சினை இல்லை. தமிழில் எத்தனையோ நல்ல படங்களும் குப்பைப் படங்களும் சேர்ந்தே வருகின்றன. ஆனால் நீங்கள்அனாதைக் குழந்தைகளோடு இந்தப் படத்தைப் பார்த்ததுதான் எனக்கு மிகப் பெரிய அதிர்ச்சி. கலாச்சார அதிர்ச்சி.

குசேலனில் வரும் ட்ரிபிள் எக்ஸ் படங்களை ஒத்த காட்சிகளை சுரணையுணர்வு உள்ள ஒருவர் குழந்தைகளோடு உட்கார்ந்து எப்படிப் பார்க்க முடியும்? மேற்கத்திய நாடுகளில் டரிபிள் எக்ஸ் படங்கள் பார்ப்பதற்கென்றே தனித்தனி திரையரங்குகள் உள்ளன என்பதும், அங்கே நாம் குழந்தைகளைப் பார்க்க முடியாது என்பதும் உங்களுக்கே நன்கு தெரியும். நீங்கள் மற்ற அரசியல்வாதிகளைப் போன்றவர் அல்ல; நன்கு உலக ஞானம் உள்ளவர்.

குசேலனில் நயன்தாரா வரும் காட்சிகள் மற்றும் வடிவேலு காமெடி ஆகியவற்றை ஒருவர் குழந்தைகளோடு சேர்ந்து உட்கார்ந்து பார்க்க முடியும் என்று உண்மையிலேயே நீங்கள் நம்புகிறீர்களா?

செக்ஸ் என்பதில் எந்தவித ஆபாசமும் இல்லை என்று நம்புகிறவன் நான். ஆனால் குசேலனில் வரும் மேலே குறிப்பிட்ட காட்சிகள் அந்த விதமாகவா இருக்கின்றன? அருவருப்பு, ஆபாசம் என்பதன் உச்சக்கட்டமாக அல்லவா அந்தக் காட்சிகள் அமைந்திருக்கின்றன?

தமிழ்ச் சமூகத்தைக் கெடுத்துக் குட்டிச் சுவராக்குவதே இந்த மாதிரிப் படங்கள்தான் என்று நான் நினைக்கிறேன். குழந்தைகளுக்கு மிகச் சிறிய வயதிலேயே செக்ஸ் பற்றிய தவறான புரிதல்களை ஏற்படுத்தி சமூகத்தில் குற்றச்செயல்கள் அதிகரிக்க வைப்பதில் இம்மாதிரி படங்களே முதன்மைக் காரணிகளாக இருக்கின்றன.

இன்னொரு விஷயம். அந்த ஆதரவற்ற குழந்தைகள் காப்பகத்திலும் ஒரு தொலைக்காட்சிப் பெட்டி இருக்கும். அதிலும் தினந்தோறும் இப்படிப்பட்ட குப்பைப்படங்களிலிருந்து பல்வேறு ஆபாசங்கள் அரங்கேறும். அதையெல்லாம் அந்த ஆதரவற்ற குழந்தைகள் பார்த்துக் கொண்டுதான் இருப்பார்கள். ஆனால் அவர்களோடு நீங்களும் சேர்ந்து ஒரு திரையரங்கில் பார்ப்பதென்பது இந்த ஆபாசத்தையும், அருவருப்பையும் நீங்களும் சேர்ந்தே ஆதரிக்கிறீர்கள் என்றல்லவா அர்த்தமாகிறது?

த்ரிஷா தனது பிறந்த நாள் அன்று அந்த அனாதைக் குழந்தைகளைச் சந்தித்து மிட்டாய் கொடுப்பதைப் புரிந்துகொள்ள முடிகிறது. ஆனால், கனிமொழி அதைச் செய்யலாமா? நீங்கள் சட்டம் இயற்றுபவர்களின் வெகு அருகாமையில் உள்ளவர். அப்படிப்பட்ட நீங்கள் இந்த அனாதைக் குழந்தைகளின் வாழ்வில் மறுமலர்ச்சி ஏற்பட வேறு எத்தனையோ ஆக்கபூர்வமான காரியங்களைச் செய்யலாமே? அதை விட்டு விட்டு இப்படி அவர்களோடு குசேலன் படம் பார்ப்பது வெறும் 'ஷோ' என்பதோடு நின்றுவிடுகிறதே?

மேலும் ஒன்று. அது என்ன அனாதைக் குழந்தைகளோடு குசேலன் சினிமா? ஏன் டி.ஏ.வி. மற்றும் பத்மா சேஷாத்ரி, அல்லது நீங்கள் படித்த சர்ச் பார்க் கான்வெண்ட் குழந்தைகளோடு குசேலன் சென்று பாருங்களேன். அது உங்களால் முடியாது. சாத்தியமே இல்லை. ஏனென்றால் அந்தப் பள்ளிக் குழந்தைகளெல்லாம் 'வூடி ஆலன்' படங்களைப் பார்த்துக் கொண்டிருக்கும். நீங்களும் வூடி ஆலன் பார்த்து வளர்ந்தவர்தானே? அப்படியானால், உங்களுக்கு வூடி ஆலன்; அனாதைக் குழந்தைகளுக்கு குசேலனா? என்ன நியாயம் இது கனிமொழி?

டி.ஏ.வி., பத்மா சேஷாத்ரி மற்றும் சர்ச் பார்க் கான்வெண்ட் குழந்தைகள் இன்று வூடி ஆலன் பார்த்து, நாளை ஐஐடியில் பயின்று, அடுத்த நாள் அமெரிக்கா சென்று கொண்டிருக்க, உங்களோடு குசேலன் பார்த்த குழந்தைகள் மட்டும் இங்கே கடற்கரையில் சுண்டல் விற்பவர்களாகவும், ஜேப்படித் திருடர்களாகவும், கூலி வேலை செய்பவர்களாகவும் வாழ்ந்து

கொண்டிருக்க வேண்டும், இல்லையா? மற்றபடி இந்த அனாதைக் குழந்தைகளுக்கு நாம் என்ன விதமான வாழ்க்கையை வழங்கியிருக்கிறோம் சொல்லுங்கள்?

அன்புடன்,
சாரு நிவேதிதா.
12.8.2008

ரயில் பாதை நட்சத்திரங்கள்

மத்திய அமெரிக்க நாடான குவாதமலாவின் தலைநகரமான குவாதமலா நகரின் ஜனத்தொகை 10 லட்சம். மத்திய அமெரிக்காவின் மிகப் பெரிய நகரம். அந்நகரின் கடைக்கோடியில் ஒரு ரயில் பாதை ஓடுகிறது. பசிஃபிக் பெருங்கடலில் சென்று முடியும் அந்த ரயில் பாதையின் இருமருங்கிலும் சில தகர வீடுகள் உள்ளன. சமூகத்தால் முற்றிலும் புறக்கணிக்கப்பட்ட விளிம்புநிலை மனிதர்கள் வாழும் அப்பகுதியில் சுமார் 150 பெண்கள் விபச்சாரத்தில் ஈடுபடுகின்றனர். அப்பகுதி லைன் என்ற பெயரால் வழங்கப்படுகிறது. (1881ஆம் ஆண்டு குவாதமாலாவில் பாலியல் தொழில் சட்டரீதியாக அங்கீகரிக்கப்பட்டது.)

சேமா ரோத்ரிகெஸ் (Chema Rodriguez) என்பவர் ஒரு பயணி. ஸ்பெய்னிலுள்ள செவியே (Seville) என்ற ஊரைச் சேர்ந்த சேமா, நூறு நாடுகளுக்கு மேல் பயணம் செய்தவர். அவர் ஒரு முறை குவாதமாலா லைனுக்கு வருகிறார். அப்பெண்களுடன் பேசுகிறார். அவர்களின் கதைகளைக் கேட்கிறார். உலகின் எந்தச் சிவப்பு விளக்குப் பகுதியிலும் கேட்க முடியாத கதைகளா யிருக்கின்றன அவை. உதாரணமாக, அந்தப் பாலியல் தொழி லாளிகளுக்குத் தரகர்கள் கிடையாது. அதன் காரணமாகக் கடந்த வருடங்களில் நூற்றுக்கணக்கான பெண்கள் போலீசாரால் கொல்லப்பட்டிருக்கிறார்கள்.

லைனில் வாழும் பெரும்பாலானவர்கள் குவாதமலாவைச்

சேர்ந்தவர்கள் இல்லை. எல் சால்வதோர், நிகராகுவா போன்ற பக்கத்து நாடுகளிலிருந்து பிழைப்புக்காக குவாதமலா வந்தவர்கள். அவர்களிடம் பாஸ்போர்ட்டைக் கேட்பார்கள் போலீசார். கொடுக்காவிட்டால் வன்கலவி. எதிர்த்துப் பேசினால் அடி, உதை. சமயங்களில் அது கொலையிலும் முடியும். கேள்வி கேட்பவர்களோ, இவர்களுக்காகக் குரல் கொடுப்பவர்களோ யாருமே இல்லை. இப்பெண்களின் துயரம் யாருமே அறியாததாக இருக்கிறது. வாடிக்கையாளர்களிடம் 2 டாலர்கள் வாங்கும் இப்பெண்கள் '2 டாலர் வேசிகள்' என்றே மற்றவர்களால் அழைக்கப்படுகிறார்கள். அவர்களில் சிலர் மாணவிகள். பகலில் பள்ளிக்குப் போகும் அவர்கள் இரவில் விபச்சாரம் செய்கிறார்கள். அவர்களின் தாய்மார்களும் வேசிகளே. பெரும்பாலான பெண்கள் சிறுவயதில் உறவினர்களால் வன்கல்வி செய்யப்பட்டவர்கள். அவர்களின் இப்போதைய பிரச்சினை, போலிஸ்.

"உங்கள் நாட்டு மக்கள் தங்கள் எதிர்ப்பை எப்படித் தெரிவிப்பது வழக்கம்?" என்று அந்தப் பெண்களைக் கேட்கிறார் சேமா. "நகரிலுள்ள ஜனாதிபதி மாளிகைக்கு வெளியே நின்று கோஷமிடுவது பற்றிக் கேள்விப்பட்டிருக்கிறோம்" என்கிறார்கள் அவர்கள். கோஷமிடுபவர்களின் மண்டையை உடைத்து அவர்களைச் சிறையில் தள்ளுவது போலீஸ்காரர்களின் அவ்வப்போதைய பணி. ஏற்கனவே மிகுந்த துயரத்தில் வாழும்

அப்பெண்களை அரசியல்ரீதியான போராட்டத்தில் ஈடுபடுத்தி மேலும் துன்புறுத்துவது தவறு என்று கருதும் சேமா, அவர்களிடம் தொடர்ந்து உரையாடுகிறார். இவை எல்லாவற்றையும் அவர் உதவியாளர் படமாக்கிக்கொண்டிருக்கிறார்.

மத்திய மற்றும் தென் அமெரிக்க நாட்டு மக்களின் வாழ்வில் கால் பந்தாட்டத்தின் பங்கு மிக முக்கியமானது. எனவே அவர்களுக்குள் 12 பெண்கள் தேர்ந்தெடுக்கப்பட்டு ஒரு கால்பந்தாட்ட அணி உருவாக்கப்படுகிறது. அணியின் பெயர் Estrellas de la linea (ரயில்வே லைனின் நட்சத்திரங்கள்). கால் பந்தாட்டப் போட்டிகளுக்கு மக்களிடையே மிகுந்த கவனிப்பும் ஈடுபாடும் உண்டு என்பதால், ரயில்வே லைன் அணியை அதில் பங்கெடுக்கச் செய்வதன் மூலம் இந்தப் பெண்களின் பிரச்சினையை ஊடகங்களின் வாயிலாக வெளியே கொண்டு வர முடியும் என்று நினைக்கிறார் சேமா. ரயில்வே லைனை ஒட்டியுள்ள ஒரு கட்டாந்தரையில் பயிற்சி நடக்கிறது. இது நடப்பது ஆகஸ்ட் 2004. குவாதமலாவில் அப்போது மழைக்காலம். அதற்கு அடுத்த மாதமே குவாதமாலா நகரின் பிரதான கால் பந்தாட்டப் போட்டிக்கான அறிவிப்பு வருகிறது. அதில் கலந்து கொள்ள ரயில்வே லைன் நட்சத்திர அணியும் பெயர் கொடுக்கிறது. நட்சத்திர அணியின் கால் பந்தாட்ட நடவடிக்கைகள் முழுவதற்குமான செலவை ஒரு டிராவல் ஏஜென்ஸி ஏற்றுக் கொள்கிறது. செப்டம்பர் 2004–இல் போட்டிகள் தொடங்குகின்றன.

குவாதமலா நகரின் மேட்டுக்குடி மக்களின் குழந்தைகள் படிக்கும் அமெரிக்கன் பள்ளி மாணவிகளுக்கும் ரயில்வே லைன் பெண்களுக்கும் போட்டி நடக்கிறது. சமூகத்தின் இரண்டு எதிர் நிலைகளைச் சேர்ந்த பெண்களை வன்முறை எதுவுமின்றி மோத வைக்கிறது கால் பந்தாட்டம். போட்டியில் பெயர் கொடுக்கும் போது ரயில்வே லைன் பெண்கள் தங்கள் தொழிலைப் பற்றி எதுவும் தெரிவித்திருக்கவில்லை. ஆனால் போட்டியின் போது அப்பெண்கள் பயன்படுத்தும் வார்த்தைகளைக் கேட்டு அதிர்ச்சியுறும் அமெரிக்கப் பள்ளி மாணவிகள் அது குறித்துப் புகார் கூறுகிறார்கள். விசாரணையில் ரயில்வே லைன் பெண்களின் தொழில் விபரம் தெரிந்து போகிறது. ஆட்டத்தின் போது வியர்வையின் காரணமாக எதிர் அணியினருக்கு

எய்ட்ஸ் வர வாய்ப்பு இருக்கிறது என்கிறார்கள் அமெரிக்கப் பள்ளி மாணவிகள். வியர்வையின் காரணமாக எய்ட்ஸ் வராது என்பதைப் போட்டியாளர்களிடம் ஆதாரபூர்வமாக நிரூபிக்கிறார் சேமா. ஆனாலும் பயனில்லை. ஆட்டத்தின் போது ஏற்படும் காயம் மூலமாக எய்ட்ஸ் தொற்றலாம் என்று வாதிக்கப்படுகிறது. இதற்கிடையே போட்டியும் தொடர்ந்து நடந்து கொண்டிருக்கிறது. ரயில்வே லைன் பெண்களைப் பற்றி ஊடகங்களில் மிகப் பரபரப்பாக விவாதங்கள் எழுகின்றன. அப்போது ரயில்வே லைன் பெண்கள் ஒரு அறிக்கையைப் பத்திரிகைகளில் பிரசுரிக்கிறார்கள். அதில் குறிப்பிடப்படும் விஷயங்கள்:

“பாலியல் தொழிலும் மற்ற வேலைகளைப் போல் ஒரு வேலை தான்.”

“முதலில் நாங்கள் பெண்கள்; தாய்மார்கள். அடுத்ததுதான் விபச்சாரிகள்.”

போட்டி நடந்து கொண்டிருக்கும்போது, ரயில்வே லைன் பெண்களுக்கு ஆதரவாக ‘பெண்களும் தாய்மார்களும்’ என்ற வாசகம் அடங்கிய அட்டைகள் பிடிக்கப்படுகின்றன. இவ்வளவு ஆதரவு இருந்தும் எய்ட்ஸை காரணமாகச் சொல்லி ரயில்வே லைன் அணி போட்டியிலிருந்து வெளியேற்றப்படுகிறது. போட்டியில் கலந்து கொள்வதற்கான நுழைவுக் கட்டணமான 125 டாலரும் திருப்பித்தரப்படவில்லை. எய்ட்ஸ் கிருமி கலந்த வியர்வையோ, ரத்தமோ படிந்திருக்கும் என்பதால் மைதானமும் மாற்றியமைக்கப்படுகிறது. போட்டியிலிருந்து ரயில்வே லைன் அணி வெளியேற்றப்பட்டது பற்றி நாடு பூராவும் விவாதமும் சர்ச்சையும் ஏற்படுகிறது.

அணியில் ஒரு முக்கியமான பெண் வில்மா. வயது 37. 5 குழந்தைகளின் தாய். 2 பேரப்பையன்களும் உண்டு. இயக்குனர் சேமாவைப் பார்ப்பதற்கு ஒரு வாரத்திற்கு முன்புதான் அவளுக்கு ஒரு குழந்தை பிறந்தது. 7 குழந்தைகளையும் அவள் தான் வளர்க்கிறாள். வில்மா கூறுகிறாள், “நாங்கள் மேக்கப் போட்டுக்கொள்கிறோம். சிரித்துக்கொண்டே இருக்கிறோம்.

மற்றவர்கள் எங்களை அப்படித்தான் பார்க்கிறார்கள். ஆனால், யாரென்றே தெரியாத ஒருவனுடன் செக்ஸ் வைத்துக் கொள்வ தற்காகக் கதவைத் தாளிடுவதன் வலி பற்றி எங்களை விலக்கி வைத்திருக்கும் அவர்களில் எத்தனை பேருக்குத் தெரியும்?"

மற்றொரு பெண் மெர்ஸி. அவள் கூறுகிறாள், "எங்களுக்கும் மற்ற பெண்களுக்கும் உள்ள ஒரே வித்தியாசம், நாங்கள் செக்ஸுக்குப் பிறகு காசு வாங்குகிறோம். அவ்வளவுதான்."

41 வயதான சுசி சிகாவுக்கு 7 குழந்தைகள். கணவர் கிடையாது. மயன் இந்தியன். அவள் கூறுகிறாள், "என்னுடைய குடிசை பக்கத்தில்தான் உள்ளது. ஆனால், திடலில் நான் கால்பந்து ஆடும்போது நான் வேறொரு பெண்ணாக உணர்கிறேன். செக்ஸ் தொழில் செய்பவள் என்பதே அப்போது மறந்து போகிறது." இந்த இடத்தில், மயன் நாகரிகத்திற்கும் கால் பந்தாட்டத்திற்கும் உள்ள தொடர்பை நாம் குறித்துக் கொள்ள வேண்டும். குவாதமலா, மெக்ஸிகோ, ஓந்துராஸ் போன்ற நாடுகளில் நடந்த மயன் நாகரிகம் குறித்த அகழ்வாராய்ச்சிகளின் போது 1500க்கும் மேற்பட்ட கால் பந்தாட்ட மைதானங்கள் கண்டுபிடிக்கப்பட்டன.

கரோல் என்ற பெண் கூறுகிறாள், "எங்களை ஏன் வேசி என்று அழைக்கிறார்கள்? அது தவறு. நாங்கள் சமூக சேவகிகள். செக்ஸ் தேவைப்படும் நபர்களுக்கு நாங்கள் செக்ஸ் வழங்குகிறோம். நாங்கள் இல்லையென்றால் அவர்களால் மற்ற பெண்களுக்குத் தானே ஆபத்து? சமூகத்தில் தேவை இருப்பதால்தானே விபச்சாரம் நடந்து கொண்டிருக்கிறது? அந்தத் தேவையை வக்கிரம் என்று சொல்வதுதான் ஆகப் பெரிய வக்கிரம்."

ரயில்வே லைன் அணியைச் சேர்ந்த 11 பெண்களுக்கும் மொத்தம் 39 குழந்தைகள் உள்ளன. "ஏன் இப்படி? நீங்கள் யாரும் காண்டம் உபயோகப்படுத்துவதில்லையா?" என்று கேட்கிறார் இயக்குனர் சேமா. அதற்கு அவர்கள் மெரினா என்ற 70 வயது கிழவியைக் காட்டுகிறார்கள். அவள் ஒரு முன்னாள் வேசி. அந்த ரயில்வே லைனில் இத்தனை குழந்தைகள் இனப்பெருக்கம் ஆனதற்கு ஒரே காரணம் அவள் ஒரு குடிகாரி என்பதுதான். எப்படியென்றால், அவள்தான் அந்த லைனில் காண்டம் விற்பவள். (ஒரு காண்டம்-

7 செண்ட்). ஆனால், மெரினா கிழவி தன் தொழிலை சரியாக கவனிக்காமல் குடித்துவிட்டு எங்காவது படுத்துக் கிடப்பாள். ஒன்றரை மணி நேரம் ஓடும் இந்த ஆவணப் படத்தின் மிக சுவாரசியமான பாத்திரம் இந்த மெரினா. இவளும் ரயில்வே லைன் நட்சத்திர அணியோடு சேர்ந்து போட்டிக்குச் செல்கிறாள், உதவியாளராக. இவளுக்கு ஒரு கண் கிடையாது. ஒரு கணவன் அடித்ததில் அது போய்விட்டது என்கிறாள்.

போட்டியிலிருந்து வெளியேற்றப்பட்டாலும் ரயில்வே லைன் நட்சத்திரங்களோடு விளையாட வேறு சில அணிகள் முன்வருகின்றன. பத்திரிகையாளர் அணி, பெண்ணுரிமை இயக்கத்தினர், மகளிர் போலிஸ் என்று பல அணிகளோடும் நட்புரீதியிலான ஆட்டங்களில் ஈடுபடுகின்றனர் லைன் பெண்கள். பெரும்பாலான ஆட்டங்களில் ரயில்வே லைன் பெண்கள் தோற்றே போனாலும், அவர்களுடைய வெற்றி வேறொரு வகையில் கிட்டி விடுகிறது. இதுவரை சமூகம் இப்பெண்களைத் தங்களுடைய நிலத்திலிருந்தும், சமூகவெளியிலிருந்தும் அப்புறப்படுத்தியே வைத்திருந்தது. ஒவ்வொரு நாளும் அவர்கள் தங்கள் உயிரைக் காப்பாற்றிக் கொள்வதற்காக உடலை விற்க வேண்டியிருந்தது. ஆனால் இப்போது சமூகம் அவர்களை கவனிக்கிறது; அவர்கள் சொல்வதைக் கேட்கிறது : அவர்களோடு உரையாடுகிறது. மெரினா தன்னுடைய வாழ்வில் இதுவரை கண்டறியாத ஒன்றை அனுபவிக்கிறாள். ஆம். அவள் இதுவரை மற்றவர்களிடமிருந்து எதிர்பார்த்தது இரக்கத்தை அல்ல; மரியாதையை. அதை அவள் இப்போது முதல் முறையாக அனுபவிக்கிறாள். முதல் முறையாக மற்றவர்கள் அவளையும், மற்ற லைன் பெண்களையும் மரியாதையாக நடத்தினார்கள்.

லைன் பெண்கள் போட்டியில் கலந்து கொண்டால் அவர்களை மயன் அழிவுகளைப் பார்ப்பதற்கு அழைத்துச் செல்வதாக உறுதி அளிக்கப்பட்டிருந்தது. அதன்படி ரயில்வே லைன் நட்சத்திரங்கள் மயன் அழிவுகளைப் பார்க்கின்றனர். போட்டியில் கலந்து கொள்ளாதிருந்திருந்தால் அவர்களால் இப்பயணத்தைக் கற்பனை செய்துகூட பார்த்திருக்க முடியாது. ஏனென்றால் அவர்கள் இன்னும் குவாதமலா நகரத்தைக்கூட இன்னும் சரியாகப் பார்த்தது இல்லை.

இந்த இடத்தில் ஒரு விஷயத்தைக் குறிப்பிட்டுச் சொல்ல வேண்டும். *ரயில்வே லைன் நட்சத்திரங்கள்* என்ற இந்த ஆவணப் படம் ஒரு மிக மோசமான சமூக அவலத்தைச் சித்தரிக்கிறது என்றாலும், அந்த லைன் பெண்கள் தங்களின் அன்றாட வாழ்வை ஒரு கொண்டாட்டமாகவே வாழ்கின்றனர். அவர்களின் ஒவ்வொரு பேச்சிலும் கேலியும் கிண்டலும் குறும்பும் ததும்புகிறது. உதாரணமாக, மயன் அழிவுகளில் அவர்கள் நிற்கும்போது, வழிகாட்டி அவர்களுக்கு மயன் நாகரிகம் பற்றி விளக்குகிறார். அப்பொழுது அவரிடம் அவர்கள் "அந்தக் காலகட்டத்திலும் விபச்சாரிகள் இருந்திருக்கிறார்களா? இருந்திருந்தால் எங்களைப் போலவா அவ்வளவு கஷ்டப்பட்டார்கள்?" என்று கேட்கிறார் கள். இப்படி ஒரு கேள்வியைச் சற்றும் எதிர்பார்க்காத வழிகாட்டி பதில் சொல்லத் தெரியாமல் விழிக்கிறார். அப்போது ஒரு பெண் அவரிடம் வேறொரு கேள்வியை வீசுகிறார். "மாயன் நாகரிகக் கால கட்டத்தில் மக்கள் எவ்வாறு செக்ஸ் வைத்துக் கொண்டார்கள்?" சுற்றுப்பயணம் முடிந்த தருணத்தில் எல் சால்வதோரைச் சேர்ந்த பாலியல் தொழிலாளிகளின் கால்பந்தாட்ட அணி ரயில்வே லைன் அணியுடன் ஒரு நட்பு ஆட்டம் ஆட விரும்பியது. ஆனால் அந்த நேரத்தில் டிராவல்ஸ் நிறுவனத்துடனான ஒப்பந்தம் முடிவுக்கு வந்துவிட்டபடியால் ரயில்வே லைன் நட்சத்திரங்கள் அந்த ஆட்டத்தை ஆட முடியாமல் போகிறது.

படத்தின் முடிவிலும் அதன் ஆரம்பக் காட்சியைப் போலவே அந்த ரயில் பாதை காட்டப்படுகிறது. அதில் தெருநாய்களும் சிறார்களும் இலக்கின்றி அலைந்து கொண்டிருக்கிறார்கள்.

ரயில்வே லைன் நட்சத்திரங்கள் என்ற இந்த ஆவணப் படம் ஐரோப்பியத் திரைப்பட விழாக்களில் பல பரிசுகளைப் பெறுகிறது. விழாவுக்கு அழைக்கப்பட்ட வில்மா, பத்திரிகையாளர்களிடம் பேசும்போது தான் இப்போது ஜூலியா ராபெர்ட்ஸைப் போல் உணர்வதாகச் சொல்கிறார்.

அக்டோபர் 2007

உலக நாயகனே,
இதுதான் உலக சினிமாவா?

இந்த உலகத்திலேயே அழகான ஆடையை உங்களுக்குத் தைத்துத் தருகிறேன் என்று ஒரு மன்னனிடம் சொன்னான் ஒரு தையல்காரன். அளவெடுக்கிறேன் என்று அலப்பறை வேறு. 'இந்த விசேஷமான ஆடை உண்மை பேசுபவர்களின் கண்களுக்கு மட்டுமே தெரியும், மற்றவர்களுக்குத் தெரியாது' என்று ஒரு 'பிட்'டையும் பரப்பி விட்டான். நகர்வல நாளும் வந்தது. 'உடை மாட்டி விடுகிறேன்' என்று சும்மாக்காச்சுக்கும் பாவனை பண்ணினான். மன்னனுக்கோ தனது நிர்வாணத்தைக் கண்டு கூச்சம். ஆனால் அதை வெளியே சொன்னால் எங்கே தன்னைப் பொய்யன் என்று சொல்லிவிடுவார்களோ என்று அச்சம். அதனால் ஆஹா, அற்புதமான ஆடை என்று சொல்லி தையல்காரனுக்கு நிறைய பொன்னும் பொருளும் கொடுத்தான்.

ராணியும் அவள் பங்குக்குப் பாராட்டி வைத்தாள். உண்மையைச் சொன்னால் பொய்க்காரி என்னும் பட்டம் கிடைப்பதோடு மட்டும் அல்லாமல், தன்னுடைய மற்ற குட்டெல்லாம் வெளியே வந்து விடுமோ என்ற பயம் அவளுக்கு. அதனால் அவளும் ஆஹா ஓஹோ என்று புகழ்ந்து வைத்தாள். "இந்த ஐந்து தங்கப்

பொத்தான்களும் காலரின் சரிகை நிறத்துக்கு ஏற்றபடி இருக்கிறது" என்றாள் ராணி. தான் உத்தமன் இல்லை என்றாலும் தன் மனைவி பத்தினி என நம்பும் பிற புருஷர்களைப் போலவே ராணியின் சொல் நம்பிக் கிளம்பினான் நகர்வலம். மந்திரிகளும் மற்ற அடிபொடிகளும் அந்த ஆடையைக் கண்டு புகழ்ந்த விதம் இருக்கிறதே, அது கவிதை, கவிதை. அருவி போல் கொட்டிய கவிதை. ஆனால் இந்தக் கூத்தையெல்லாம் பார்த்த ஒரு சிறுவன் "ஐயே... ராஜா அம்மணமா வர்றாரு" என்று கத்திக் கொண்டே ஓடினான். ராஜாவும் கூச்சத்துடன் அரண்மனைக்குள் ஓடி ஒளிந்தார்.

தசாவதாரம் படமும் இந்த உலகத்திலேயே அழகான ஆடையைப் போலத்தான் இருக்கிறது. கருணாநிதியும், மனோரமாவும் கூட இந்தப் படத்தை இப்படித்தான் புகழ்ந்திருப்பார்கள்.

புனேயிலிருந்து பூபதி என்னும் என்னுடைய வாசகர் ஒருவர் எழுதியிருந்த கடிதமே மேலே உள்ளது.

மகாநதி என்னும் படத்தைப் பார்த்ததிலிருந்து கமல்ஹாசனை என்னுடைய சக பயணியாகவே கருதி வருகிறேன். ஜாதிவெறி, இன வெறி, மொழி வெறி மிகுந்த தமிழ் சினிமா உலகில் நான் அறிந்த வரை கமல் ஒருவரே இந்தக் குறுகிய மனோபாவத்திலிருந்து மாறுபட்டவராகவும், நவீன பார்வை கொண்டவராகவும் இருந்துவருகிறார். சமீபத்தில் நடந்து முடிந்த ஒகனேக்கல் உண்ணாவிரத ட்ராமாவில் கூட ரஜினி உட்பட அத்தனை நடிகர்களும் கர்னாடகாவின் மீது போர் தொடுக்க வேண்டும், அப்படி இப்படி என்று உணர்ச்சிப் பிழம்பாகப் பொங்கிக் கொதித்தபோது, கமல் மட்டுமே மொழி, இன உணர்வுக்கு அடிமையாகிவிடாமல் தெளிவான மனநிலையுடன் பேசினார். தமிழ்ச் சமூகம் போலியாகக் கொண்டாடி வரும் கற்பு, ஒருவனுக்கு ஒருத்தி போன்ற காலாவதியாகிவிட்ட கோட்பாடுகளையும் தூக்கியெறிந்து விட்டவர் கமல். அவரது படங்களில் வரும் கதாநாயகன் பெரும்பாலும் பாலியல் தொழிலாளியையே மணந்து கொள்வான்; அல்லது, பாலியல் தொழிலாளியின் மகனாக

இருப்பான்; அல்லது, ஏற்கனவே திருமணமாகிக் கைவிடப்பட்ட ஒருத்தியை மணந்து கொள்வான்.

இவை தவிர, உலக சினிமா பற்றிய விரிவான அறிவும் பார்வையும் கொண்டவர் கமல். அவர் எனக்கு எழுதிய கடிதம் ஒன்றில் அமோரெஸ் பெர்ரோஸ் வெளிவந்த போதே அது பற்றிக் குறிப்பிட்டிருந்தார். அதே கடிதத்தில், கூப இயக்குனர் தொமாஸ் அலெயாவின் மிக முக்கியமான படமான Memories of Under Development பற்றியும் விரிவாக எழுதியிருந்தார். இப்படி உலகத்தின் எந்த மூலையில் எந்தப் படம் வந்தாலும் அதைப் பார்த்துவிடும் பழக்கம் உள்ளவர் கமல். சினிமாவின் மீது அவர் கொண்டிருக்கும் passion மட்டுமே இதற்கெல்லாம் காரணம். மேலும், மற்ற நடிகர்களைப் போல் சினிமாவில் சம்பாதித்ததை அசையாச் சொத்துகளாக மாற்றாமல் சினிமாவிலேயே மீண்டும் மீண்டும் போடுவது கமலின் சினிமாப் பற்றுக்கு இன்னொரு உதாரணம்.

எனவேதான் தமிழ் சினிமாவில் என் அதிகபட்ச நேசத்துக்குரிய வராக இருந்தார் கமல்ஹாசன். அவரை என்னுடைய அலைவரி சையைச் சேர்ந்த ஒருவராகவே எண்ணியிருந்தேன். சமீபத்தில் கூட கேயாஸ் தியரி பற்றி எழுதியிருந்தேன். கமலும் அதே கேயாஸ் தியரியை அடிப்படையாகக் கொண்டு *தசாவதாரத்தை* எடுத்திருக்கிறார். இந்தத் தியரிக்கும் *தசாவதாரத்துக்கும்* ஒருவித சம்பந்தமும் இல்லை என்றாலும், கேயாஸ் தியரி பற்றிக் கூடச் சிந்திப்பதற்குத் தமிழ் சினிமாவில் ஒரு ஆள் இருக்கிறாரே என்று ஒரு ஸஹ்ருதயரைப் பார்த்து விட்ட சந்தோஷம் எனக்கு.

இத்தகைய பின்னணியெல்லாம் இருந்தாலும் *தசாவதாரத்தை* நான் சற்று ஏமாற்றத்துடனேயே காணச் சென்றேன். காரணம், உலகில் எந்த சினிமாவிலும் யாரும் பத்து வேடமெல்லாம் போட்டு நடித்ததில்லை. சினிமா என்பது இலக்கியத்தைப் போல் மற்றொரு கலை வடிவம். அது சர்க்கஸ் அல்ல. சர்க்கஸில் மட்டுமே இப்படிப்பட்ட பத்து வேட கோமாளித்தனமெல்லாம் சாத்தியம். சர்க்கஸில் மட்டுமே யானை டான்ஸ் ஆடும்; குரங்கும் கரடியும் கால் பந்து விளையாடும். இதை இங்கே ராமநாராயணன்

சினிமாவில் செய்து வருகிறார். அவருடைய படத்தில்தான் நாகப்பாம்பு டைப் அடிக்கும்; வில்லன் கதாநாயகியைக் கற்பழிக்கும் போது பாம்பு வந்து வில்லனோடு ஃபைட் பண்ணி அவனைத் துரத்திவிடும். இந்த வேலையை உலக சினிமா பற்றி அறிந்த கமல் செய்யலாமா? ராம நாராயணனை நான் குற்றம் சொல்ல மாட்டேன். ஏனென்றால் அவர் தெளிவாகச் சொல்லி விட்டார். "பெண்கள் டைப் அடிப்பது மாதிரிதான் படம் எடுத்தேன்; ஆனால் ஓடவில்லை. பிறகு பாம்பு டைப் அடிப்பது போல் எடுத்தேன். நன்றாக ஓடியது." இப்படி ஏதாவது கமலிடம் விளக்கம் உண்டா? ஒரே நடிகர் பத்து வேடத்தில் வருவதும் நல்ல பாம்பு டைப் அடிப்பதும் ஒன்றுதானே? அதனால்தான் தசாவதாரத்தைப் பார்ப்பதற்கு முன்பே படத்தைப் பற்றிய அவநம்பிக்கையுடன் செல்ல நேர்ந்தது.

படத்தின் துவக்கத்தில் வரும் 12ஆம் நூற்றாண்டுக் காட்சிகள் பலரையும் பிரமிக்க வைத்திருக்கின்றன. காரணம், இதுவரையிலான தமிழ் சரித்திரப் படங்களில் வெறும் அட்டைப் பெட்டிகளையே அரண்மனை என்று அடுக்கிவிடுவார்கள். ராஜா நடக்கும் போது படிக்கட்டுகள் ஆடும். ஒரு மன்னனுக்கும் இன்னொரு மன்னனுக்கும் போர் என்றால் அந்தப் பக்கம் ஐம்பது பேர், இந்தப் பக்கம் ஐம்பது பேர் குதிரையில் நின்று சண்டையிடுவார்கள். (உம்: சிவாஜி கணேசனின் திருவிளையாடல்) தசாவதாரத்தில் அப்படியில்லாமல் நிஜமான கோவிலையும், நிஜமான மக்கள் கூட்டத்தையும் காண்பித்து இருக்கிறார்கள். ஆனால் காட்சி ஜோடனையில் மட்டும்தான் நிஜம். மற்றபடி சிதம்பரம் கோவிலில் பெருமாளின் சிலையைக் காப்பாற்றுவதற்காக ரங்கராஜ நம்பி (கமலின் முதல் அவதாரம்) குலோத்துங்கச் சோழனின் ஆட்களை ஒற்றை ஆளாக அடித்து துவம்சம் செய்யும்போது, விஜய் த்ரிஷாவை பிரகாஷ்ராஜிடமிருந்து காப்பாற்றுவதற்காக என்னென்ன ஹீரோ சேஷ்டையெல்லாம் செய்வாரோ அவ்வளவையும் கமல் செய்கிறார். குலோத்துங்கனாக வரும் நெப்போலியன் ஏதோ காமெடியன் மாதிரி இருக்கிறார். அது சரி, பனிரண்டாம் நூற்றாண்டில் மனம் புத்தி இந்திரியம் ஆகியவற்றுக்கு விகாரம் இல்லாத ஸத்வ குணத்தை அளிக்கக்கூடிய ஆகாரத்தை உண்டு பெருமாள் சேவை செய்து கொண்டிருந்த

ஸ்ரீ வைஷ்ணவர்கள் இப்படித்தான் மல்யுத்த வீரர்களைப் போல் இருந்தார்களா?

இந்தப் பனிரண்டாம் நூற்றாண்டுத் துவக்கத்திற்குப் பிறகு கதை எந்தவித சம்பந்தமும் இல்லாமல் 21 ஆம் நூற்றாண்டுக்குத் தாவி விடுகிறது. பிறகு ஏன் அந்த ரங்கராஜ நம்பி? இம்மாதிரி கேள்வியெல்லாம் கேட்கக் கூடாது. கமல் ஆசைப்பட்டார். அவ்வளவுதான்.

அமெரிக்க விஞ்ஞானி கோவிந்த் (கமல்) உலகையே அழிக்கும் வைரஸைக் கண்டுபிடித்துத் தொலைக்கிறான். அதற்கு நிதி உதவி செய்பவர் அமெரிக்க அதிபர் புஷ். (புஷ்ஷூம் கமலே.) அந்த வைரஸை கோவிந்திடமிருந்து அபகரித்து விற்க முனைகிறான் ஃப்ளெட்சர் என்னும் அமெரிக்க வில்லன். ஃப்ளெட்சரும் கமலே. இவர்களோடு கூட, உளவுத்துறை அதிகாரி பல்ராம் நாயுடு, கிருஷ்ணவேணிப் பாட்டி - (வயது 105), தலித் தலைவரான வின்சென்ட் பூவராகவன், பஞ்சாபிப் பாடகர் அவ்தார் சிங், ஏழு அடி உயரமுள்ள கலீஃபுல்லா, தங்கையின் மரணத்திற்குப் பழி வாங்கத் துடிக்கும் ஜப்பானிய கராத்தே வீரர் என்று பத்து வேடங்களில் ஜொலிக்கிறார் கமல். Narcissism என்று கேள்விப்பட்டிருக்கிறோம்; ஆனால் இந்த நார்சிஸிமே ஒரு நோயாக முற்றி ஒரு சமூகத்தையே துன்பம் செய்யும் என்றால் அது கமலின் நார்சிஸிஸம்தான். அதை இந்த *தசாவதாரம்* படத்தில் கண்டு உணரலாம்.

“நான் சிறுவனாக இருந்தபோது தெரு நாடகங்களுக்கு நல்ல வரவேற்பு உண்டு. அன்று மாலை நாடகம் என்று கேள்விப்பட்டு பக்கத்து வீட்டுப் பாட்டியைக் கூப்பிட்டேன். ‘போடா நான் வரலை; அதெல்லாம் குடும்பக் கட்டுப்பாட்டு நாடகங்கள்’ என்றார் பாட்டி. பிரச்சாரத்தன்மை வாய்ந்த எல்லா நாடகங்களுக்கும் பாட்டி வைத்த பெயர் அது. கிட்டத்தட்ட அதுபோல்தான் இருக்கின்றனர் கிறித்தவ, முஸ்லீம் கமல்கள்” என்று குறிப்பிடுகிறார் பூபதி என்னும் அந்த வாசகர்.

கலீஃபுல்லாவாக வரும் ஏழு அடி உயர கமல் நிச்சயமான ஒரு சர்க்கஸ் கோமாளிதான். நம்மூர் சர்க்கஸ்களில் ஏழு அடி என்ன,

ஒன்பது அடி உயரத்தில் கூடக் காலில் கட்டையை வைத்துக் கொண்டு நடக்கும் பஃபூன்களை நாம் பார்த்ததில்லையா என்ன? அபூர்வ சகோதரர்களில் குள்ளனாக நடித்து முடித்துவிட்டதால் இப்போது கமலுக்கு உயர மனிதனாக நடிக்க ஆசை வந்துவிட்டது போலும்... மற்றபடி கலீஃபுல்லாவுக்கும் கதைக்கும் கொஞ்சமும் சம்பந்தமில்லை.

கிருஷ்ணவேணிப் பாட்டியாக வரும் கமல்: மிருகவதைச் சட்டம் என்று ஒன்று இருக்கிறது. இச்சட்டத்தின் படி சினிமாவில் குதிரை, குரங்கு மற்றும் இன்னோரன்ன மிருகங்களை யாரும் வதை செய்யக் கூடாது. ஆனால், இப்படி கமலைப் போல் சுயவதை செய்து கொள்ளலாமா? தன்னுடைய சரீரம் என்பதால் அதைத்தான் அவர் என்ன பாடு படுத்துகிறார்! அதுவும் ஏதாவது உயரிய நோக்கத்துக்காக இருந்தாலாவது பரவாயில்லை. போயும் போயும் சர்க்கஸ் கோமாளி வித்தைக்காக இவ்வளவு சித்ரவதை!

தலித் தலைவராக வரும் வின்சென்ட் பூவராகவன்... நாம் எவ்வளவுதான் தலித் ஆதரவு சிந்தனை கொண்டவராக இருந்தாலும், நம்முள்ளே உறைந்திருக்கும் உயர்சாதி மனோபாவம் என்பது இப்படித்தான் தலித் விரோதமாக வெளிப்படும் என்பதற்கு இப்பாத்திரச் சித்தரிப்பு ஒரு உதாரணம். படத்தில் வரும் அத்தனை பாத்திரங்களும் நல்ல வனப்புடனும், வடிவுடனும் காண்பிக்கப்பட்டிருக்கும்போது பூவராகவன் மட்டும் ஏன் இத்தனை அருவருப்பான தோற்றத்துடன் காண்பிக்கப்பட்டிருக்கிறார் (இடி அமீனை ஞாபகப்படுத்திக் கொள்ளுங்கள்). ஏன், தலித் மக்கள் என்றால் அவ்வளவு அருவருப்பான தோற்றத்துடன் இருக்கிறார்கள்? மேலும் ஒரு குரூரமான விஷயம் என்னவென்றால், வில்லன் கமல் தவிர அத்தனை கமல்களுக்கும் படத்தின் முடிவில் நல்வாழ்வு கிடைக்கிறது. 'விஞ்ஞானி' கோவிந்த் ஹீரோயின் அசினிடம் கடவுள் பற்றிய ஒரு உளுத்துப்போன வசனத்தைச் சொல்லிக் கொஞ்சிக் கொண்டிருக்கிறான். ஆனால் தலித் தலைவன் வின்சென்ட் பூவராகவன் மட்டும் ஒரு மணல் கொள்ளையனின் பிள்ளையைக் காப்பாற்றுவதற்காக தன் உயிரை விடுகிறான். என்ன இது நியாயம்? தலித்துகள் மட்டும் உயர் சாதிக்காரன்களுக்காக

காலம் காலமாக உயிர்த் தியாகம் செய்து கொண்டேயிருக்க வேண்டுமா?

இந்த தலித் காட்சிகளில் வரும் மற்றொரு அபத்தம், சினிமா பாடலாசிரியர் கபிலன். இவர் 'கவிஞர்' கபிலனாகவே படத்தில் வருகிறார். வரட்டும். பாதகமில்லை. ஆனால் தனது தலைவன் இளம் வயதில் அதிர்ச்சி தரும் வகையில் இறந்து போகும்போது கபிலன் கவிதை பாடி தன் சோகத்தை வெளிப்படுத்துகிறார். கவியரங்கத்தில் அல்ல; தலித் தலைவன் வின்சென்டின் பிணத்துக்கு எதிரே. கொன்று விடுவார்கள் ஐயா, கொன்றுவிடுவார்கள். தன் தலைவன் இறந்து கிடக்கும் வேளையில் உணர்ச்சிக் கொந்தளிப்பில் இருக்கும் தொண்டர்கள், எவனாவது கவிதை கிவிதை பாடினால் அவனை உயிரோடு விடுவார்களா என்ன? இந்த அடிப்படைப் புரிதல்கூட கமலுக்கு இல்லை.

வின்சென்டுக்கு எதிராக வரும் வில்லன் சந்தான பாரதி. இந்த நடிகர் ஏன் இத்தனை பல ஆண்டுகளாகத் தொடர்ந்து பெண்களைக் கற்பழித்துக் கொண்டே இருக்கிறார் என்று புரியவில்லை. கமலுக்கு உலக நாயகன் பட்டம் என்றால் சந்தான பாரதிக்குக் கற்பழிப்பு நாயகன் என்றுதான் பட்டம் கொடுக்க வேண்டும்.

தலித்துகளை அவமானப்படுத்தியது போல் முஸ்லீம்களையும் படு மோசமாக அவமானப்படுத்தியிருக்கிறார் கமல். கலீஃபுல்லாவும் அவருடைய குடும்பமும் ஏதோ ஆஃப்கானிஸ்தானைச் சேர்ந்தவர் களைப் போல் காண்பிக்கப்பட்டிருக்கிறார்கள். அவர்கள் பேசும் மொழி, நடை, உடை, பாவனை, உருவம் எல்லாமே ஆஃப்கன் முஸ்லீம்களை ஞாபகப்படுத்துகிறது. தமிழ்நாட்டு முஸ்லீம்கள் இப்படியா இருக்கிறார்கள்? இங்கே யாருடைய மத அடையாளத்தையும் அவர்களுடைய உருவத்தை வைத்துக் கண்டுபிடிக்க முடியாது. ஒரு சிலர் அப்படியிருக்கலாம். ஆனால் பெரும்பான்மையான மனிதர்களின் மத அடையாளத்தை அப்படிக் கண்டுபிடித்துவிட முடியாது. எதார்த்தம் அப்படியிருக்கும்போது, கமல் ஏன் முஸ்லீம்களை அந்நியர்களைப்

போல் காண்பிக்க வேண்டும்? ஒரு டஜன் குழந்தைகளைப் பெற்றுக் கொண்டு, யாருக்கும் புரியாத ஒரு மொழியைப் பேசிக்கொண்டு, படிக்காதவர்களாக, பல நூற்றாண்டுகளுக்கு முற்பட்டவர்களாக... இப்படியா இருக்கிறார்கள் தமிழ்நாட்டு முஸ்லீம்கள்? இவர்களை இப்படி அந்நியர்களாகக் காண்பிப்பதில் ஒரு அரசியல் இருக்கிறது. அதுதான் இந்துத்துவா அரசியல். ஆனால் இந்துத்துவ அரசியலுக்கு மாறுபட்ட முற்போக்காளரான கமல் எப்படி இம்மாதிரி ஒரு இந்துத்துவப் பார்வையை முன்வைக்கிறார்? பிராமணர்கள் ஐரோப்பாவிலிருந்தும், மத்திய ஆசியாவிலிருந்தும் கைபர் கணவாய் வழியாக வந்த அந்நியர்கள் என்று சொல்வதில் எத்தகைய மூடத்தனமும் இனவெறியும் அடங்கியுள்ளதோ அதே அளவு மூடத்தனமும் இனவெறியும் முஸ்லீம்களை இப்படி அந்நியர்களாகக் காண்பிப்பதிலும் அடங்கியுள்ளது. கமலின் இப்படிப்பட்ட முஸ்லீம் விரோதப் போக்கும் இந்துத்துவப் பார்வையும் *ஹே ராமி*ல் எவ்வளவு பட்டவர்த்தனமாக வெளிப்பட்டுள்ளது என்பதை *ஹே ராம்* விமர்சனத்தில் நான் சுட்டிக் காட்டியிருக்கிறேன்.

தீவிரவாதிகளைத் தேடுகிறோம் என்ற பின்னணியில் கலீஃபுல்லா குடும்பமும், இன்னும் அந்த ஊரிலுள்ள அத்தனை முஸ்லீம் குடும்பங்களும் விசாரணைக்காக ஆட்டு மந்தைகளைப் போல் மசூதிக்குள் அடைக்கப்படுகிறார்கள். அப்போதுதான் சுனாமி வந்து ஊரிலுள்ள பலரும் சாக நேர்கிறது. அப்போது மசூதியில் இருக்கும் கலீஃபுல்லாவின் வாப்பா "நல்ல காலம், நாம் மசூதியில் இருந்ததால் சுனாமியிலிருந்து தப்பினோம்" என்று கூறுகிறார். இந்த வசனத்தில் அடங்கியிருக்கும் அரசியல் என்ன என்பதை கமல் இப்போது *தசாவதாரம்* பற்றிக் கொடுத்துக் கொண்டிருக்கும் நூற்றுக்கணக்கான தொலைக்காட்சிப் பேட்டி ஒன்றிலாவது விளக்க வேண்டும் என்று கேட்டுக் கொள்கிறேன்.

கதைக்குத் துளியும் சம்பந்தமேயில்லாத பஞ்சாப் பாடகர் அவ்தார் சிங் மற்றொரு ப்ளாக் ஹ்யூமர் வகை. அவர் ரத்தம் கக்கிக்கொண்டே பாடும் பாங்ரா பாடல் பஞ்சாபிகளையே அவமானப்படுத்துவதாகும். எத்தனையோ ஆண்டுகளுக்கு முன்னால் வந்த குடியிருந்த கோவில் படத்தில் வரும் 'ஆடலுடன்

பாடலைக் கேட்டு...' என்ற பாடலுக்கு எம்ஜியார் என்னமாய் பாங்ரா நடனம் ஆடுவார்; அந்தப் பாடலும்தான் இன்று கேட்டாலும் எவ்வளவு குதூகலமாக இருக்கும்! அந்தப் பாடல் தரும் கொண்டாட்டத்தின் பக்கத்தில் கூட ஹிமேஷ் ரேஷமய்யா வின் பாடல் வரவில்லையே? மேலும், அவ்தார் சிங் பேசும் பஞ்சாபி, தமிழர்கள் பஞ்சாபி பேசுவது போல் இருக்கிறது. பஞ்சாபி மொழிக்கே உரிய விசேஷமான nasal தன்மை கமலின் உச்சரிப்பில் காணாமல் போய்விட்டது.

இதேபோல் கமலின் ஜப்பானிய கராத்தே வீரர் வேடமும் படத்துக்குச் சிறிதும் சம்பந்தமே இல்லாதது. ஜப்பானிய கமல் கராத்தே சண்டை போடுகிறார்; ஜப்பான் மொழி பேசுகிறார்; வில்லனை அடித்து உதைக்கிறார். அந்த வில்லன் கமல் ஃப்ளெட்சர் தாங்க முடியாத அசிங்கம். அதேபோல் புஷ் கமல். கடைசிக் காட்சியில் மேடையில் கருணாநிதி அமர்ந்திருக்கும்போது புஷ் டான்ஸ் எல்லாம் ஆடுகிறார். மிமிக்ரி நடிகர் தாமு செய்வதையெல்லாம் கமல் செய்து காண்பித்தால் அப்புறம் இந்த உலக நாயகன் பட்டத்தை தாமுவுக்கே கொடுக்கலாமே; கமல் எதற்கு?

மேலும், இப்போதெல்லாம் அரசியல் கட்சி ஊர்வலங்களிலும் மாநாடுகளிலுமே இப்படி கருணாநிதி மாதிரியும், எம்ஜியார் மாதிரியும், காந்தி நேரு மாதிரியும் வேஷம் கட்டிக்கொண்டு வந்து அசத்துகிறார்கள். சில தொலைக்காட்சிகளிலும் கூட இப்படி அச்சு அசலாக புஷ், ஒசாமா பின் லாடன், ஹிட்லர் என்று பல வேஷங்களில் வந்து அவர்களைப் போலவே பேசிக் காட்டுகிறார்கள். சரி, இப்படி ஒவ்வொரு முகமூடியாக மாற்றி மாற்றி முகத்தில் போட்டுக்கொண்டால் ஒருவரே நூறு வேடம் போடலாமே? இதில் என்ன பெரிய சாதனை இருக்கிறது?

இவ்வளவு தூரம் அரசியல் மாநாடுகளிலும், தொலைக்காட்சி சேனல்களிலும் சிரிப்பாய்ச் சிரித்துக் கொண்டிருக்கும் ஒரு விஷயத்திற்கு கமல் ஹாலிவுட்டிலிருந்தெல்லாம் ஒப்பனைக்காரர் களை வரவழைத்து ஒப்பனை செய்து கொண்டு பல மணி நேரம் தண்ணீர் குடிக்காமல், சாப்பிடாமல் மெனக்கெட்டிருக்கிறார்.

கமலுக்கு ஒப்பனை செய்தவர் *ஓமன், எக்ஸார்ஸிஸ்ட்* போன்ற பேய்ப் படங்களுக்கு ஒப்பனை செய்தவராம். அதனால்தான் விஞ் ஞானி கோவிந்த் தவிர ஒன்பது பேய்களை உலவ விட்டிருக்கிறார் போலும்!

இப்போதெல்லாம் ஒருவரே நூறு வேடத்தில் கூட நடிக்கலாம். ஓசாமா பின் லாடனைப் போல் ஒரு முகமூடியைச் செய்து முகத்தில் ஒட்டிக் கொண்டால் ஆயிற்று கதை. வெளிநாடுகளில் அரசியல் போராட்டங்களின் போது தங்களுக்குப் பிடிக்காத ஒரு அரசியல் தலைவரின் முகமூடியை ஆயிரக்கணக்கான பேர் முகத்தில் அணிந்து கொண்டு ஊர்வலம் போவது சகஜமாகப் பார்க்கக்கூடிய ஒன்று. ஒரே ஊர்வலத்தில் ஆயிரம் புஷ்களை நாம் பார்க்க முடியும். அப்படியிருக்க, இதற்கெல்லாம் போய் உலக நாயகன் பட்டம் கொடுத்துக் கொண்டிருந்தால் எப்படி?

கமலின் பிரச்சினை, சிவாஜியும், சிவாஜி ராவும்தான். ‘சிவாஜி ஒன்பது வேடத்தில் நடித்தார். நான் பத்து வேடத்தில் நடிப்பேன், அடுத்த பிரச்சினை, இன்னொரு சிவாஜி. அது ரஜினி நடித்த படம். ‘அந்தப் படத்திற்குச் செலவழித்த அத்தனை கோடிகளும் என் படத்திற்கும் செலவு செய்யப்பட வேண்டும்.’ சிவாஜியே ஒரு குப்பை. அந்தக் குப்பையிடம் போட்டி போட்டுத் தோற்றிருக்கிறது *தசாவதாரம்*. இதற்குப் போய் ஏன் உலக சினிமா அது இது என்று பந்தா பண்ண வேண்டும்?

சமீபத்தில் ஒரு சினிமா நிகழ்ச்சியில் “உலக நாயகன் கமலுக்கு ஆஸ்கார் பரிசு தரப்பட வேண்டும்” என்று சிலர் உளறிய போது, பதில் பேச வந்த கமல் “வெள்ளைக்காரனுக்கு நாம் பரிசு கொடுக்கும் நிலை வர வேண்டும்; அது என் காலத்துக்குள் நடக்கும்” என்று கூறியிருக்கிறார். அப்படியானால் கமல் சிரஞ் சீவியாகவே வாழ வேண்டியிருக்கும். ஏனென்றால் அவர் எதிர்பார்க்கின்ற அந்த நிலை தமிழ்நாட்டில் என்றைக்குமே வராது. இந்தியாவிலேயே philistine கலாச்சாரம் தலையோங்கி நிற்கும் மாநிலம் தமிழ்நாடு. வேறு எந்த மாநிலமும் இவ்விஷயத்தில் தமிழ்நாட்டோடு போட்டி போட முடியாது. (வேண்டுமானால்

போனால் போகிறதென்று பீகாரைச் சேர்த்துக் கொள்ளலாம்.) தமிழ்நாட்டின் philistine கலாச்சாரம் எப்படி இருக்கிறதென்றால், இங்கேதான் குஷ்புவையும் த்ரிஷாவையும் கஞ்சா கருப்புவையும், இவர்களுக்கிடையே ஒரு சாகித்யக்காரனான இந்திரா பார்த்த சாரதியையும் சமமான அளவில் வைத்து கலைமாமணி விருது வழங்கப்படுகிறது. இப்படிப்பட்ட அவலம் உலகின் எந்த மூலையிலாவது நடக்கக்கூடிய வாய்ப்பு உண்டா? இப்பேர்ப்பட்ட 'புகழ் வாய்ந்த' கலைமாமணி விருதைத்தான் வெர்னெர் ஹெர்ஸாகையும், யான்ஸ்கியையும், ஹோர்ஹே ஸான் ஹினேஸையும், ரவூல் ரூயிஸையும், இவர்களைப் போன்ற இன்னும் பல திரைப்பட மேதைகளையும் சென்னைக்கு வரவழைத்து வழங்கலாம் என்கிறாரா கமல்? பாவம், எனக்கு அந்த அம்மண ராஜா ஞாபகம் வருகிறார்.

கமல் கிட்டத்தட்ட ஜெயலலிதாவைப் போல் ஆகிவிட்டார் என்று நினைக்கிறேன். ஜெயலலிதாவைத்தான் யாரும் கட்சிக்குள்ளிருந்து விமர்சிக்க முடியாது. விமர்சிப்பவன் விரோதி என்ற தர்மம் அக்கட்சியினுடையது. மற்றும், எல்லோருமே அவரை புரட்சித்தலைவி என்றே அழைக்க வேண்டும்; நினைக்க வேண்டும். அதேபோல் கமலை யாரும் விமர்சிக்க முடியாது. விமர்சித்தால் அவர் கமலின் விரோதி, கமலின் சினிமா ஆர்வத்தைப் புரிந்து கொள்ளாத முட்டாள். மேலும், அவரை உலக நாயகன் என்றே கருத வேண்டும். அப்படிக் கருதாதவருக்கு ஏதோ மோசமான உள்நோக்கம் இருக்கிறது. இதுதான் கமலின் இப்போதைய நிலை. கமலை மனோரமாவும், கருணாநிதியும், ரஜினியும்தான் உலக நாயகன் என்று மேடையில் புகழ்கிறார்கள். இவர்களுக்கு உலக சினிமா பற்றித் தெரியுமா? இவர்கள் தனியாக இருக்கும்போது *தசாவதாரம்* பற்றி என்ன நினைக்கிறார்கள் என்பதைக் கமல் அறிவாரா? ('அப்பாடா, இப்போதுதான் நிம்மதியாக இருக்கிறது' என்றுதான் படத்தைப் பார்த்து விட்டு நினைத்திருப்பார் ரஜினி.) இந்த முகஸ்துதி கூட்டத்திலேயே உலக சினிமா பற்றித் தெரிந்த ஒரே ஆள் கமல்தான். அப்படியிருக்க, இந்தக் கூட்டம் தன்னை உலக நாயகன் என்று சொல்லும்போது, அந்த வார்த்தை புரட்சித் தலைவி என்னும் வார்த்தைக்குச் சமமானது என்று கமலுக்குத்

தெரிந்திருக்க வேண்டாமா?

விஞ்ஞானி கோவிந்தின் அப்பாவின் பெயர் ராமசாமி நாயக்கர் என்று வருகிறது. கோவிந்தும் அடிக்கடி நாத்திகம் பேசுகிறான். முதலில் இந்த நாத்திக ஆத்திகச் சண்டையெல்லாம் காலாவதியாகிவிட்ட விஷயங்கள் என்றே கமலுக்குத் தெரியவில்லை. இப்போதெல்லாம் ஆத்திகவாதிகள்தான் ஆதங்கவாதிகளாக மாறி, மற்ற மதத்தினரை வெட்டிப் போடுவதும் அவர்கள் மீது குண்டு வீசுவதுமாக இருக்கிறார்கள். இன்றைய பிரச்சினை மதத் தீவிரவாதம்தானே தவிர ஆத்திகம் x நாத்திகம் அல்ல என்பது கூட கமலுக்குத் தெரியவில்லை. விஞ்ஞானி கோவிந்தைப் போலவே கமலும் நேர் வாழ்வில் அடிக்கடி நாத்திகவாதம் பேசுகிறவர்தான்; பெரியாரையும் பாரதியையும் தனது ஆசான்கள் எனச் சொல்லிக் கொள்பவர்தான். ஆனால் பாரதி பற்றியும், பெரியார் பற்றியும் படம் எடுக்க ஒரு ஐ.ஏ.எஸ். அதிகாரியான ஞான. ராஜசேகரன் அல்லவா வர வேண்டி யிருந்தது? உலக சினிமாவை அறிந்த கமலால் ஏன் அது முடியவில்லை?

வடநாட்டைச் சேர்ந்த கேதான் மேத்தா, மீரா நாயர் போன்ற பலரை (பெரிய பட்டியலே இருக்கிறது) உலக அளவில் கொண்டாடுகிறார்கள். வடநாடு ஏன், தமிழ்நாட்டுக்குப் பக்கத்தில் உள்ள கேரளத்தில் ஜான் ஆப்ரஹாம், அரவிந்தன், அடூர் கோபாலகிருஷ்ணன் என்று சீரியஸ் சினிமாவுக்கு ஒரு பாரம்பரியமே இருக்கிறது. அங்கே ஒரு இளைஞன் 50 லட்ச ரூபாயில் ஒரு படத்தை எடுத்து அதை கான் திரைப்பட விழாவில் திரையிட்டுக் காட்ட முடிகிறது. சமீபத்தில் 50 லட்சத்திலிருந்து ஒரு கோடி ரூபாய்க்குள் எடுக்கப்பட்ட பல சீரியஸ் மலையாளத் திரைப்படங்களைப் பார்த்தேன். பிரபலமான நடிகர்கள்தான் இவற்றில் நடித்துக் கொடுத்திருக்கிறார்கள். வெள்ளைக்காரர்கள் தங்களின் உலகப் புகழ் பெற்ற விருதுகளைக் கொடுக்க முன்பு கேரளத்துக்கும் வங்காளத்துக்கும் வந்து கொண்டிருந்தார்கள். ஆனால் இப்போதோ கேரளமும் வங்காளமும் அந்த வெள்ளைக் காரர்களை அழைத்து விருது வழங்கிக் கொண்டிருக்கிறது. திருவனந்தபுரத்தில் நடக்கும் திரைப்பட விழா, கான் திரைப்பட

விழா அளவுக்கு உலகெங்கிலும் பேசப்பட்டு வருகிறது. சீலேவைச் சேர்ந்த மிகெல் லித்தின் சென்ற ஆண்டு திருவனந்தபுரம் திரைப்பட விழாவுக்கு வந்திருந்தார். இவர் உலக சினிமாவில் ஒரு legend - ஆக மதிக்கப்படுபவர் என்பதும் கமலுக்கு நன்றாகவே தெரியும்.

ஆனால் தமிழ் சினிமாவும் இன்று உலக சினிமாவை நோக்கி மெல்ல மெல்ல நகர்ந்து கொண்டுதான் இருக்கிறது. மாற்று சினிமாவைப் பற்றிச் சிந்திக்கும் செல்வராகவன், அமீர், பாலாஜி சக்திவேல், வசந்த பாலன், ராம், சிம்பு தேவன் என்று பலரும் இன்று தமிழ் சினிமாவை கௌரவமான திசையை நோக்கி நகர்த்திக் கொண்டிருக்கிறார்கள். இவர்கள் மட்டுமல்லாமல் ஜனரஞ்சக சினிமா என்னும் பகுதியைச் சேர்ந்த கௌதம் மேனன், மிஷ்கின் போன்றவர்களும் அந்தப் படங்களை, கலாபூர்வமான அனுபவத்தைத் தரும் அளவுக்கு மாற்றிக் கொண்டிருக்கிறார்கள். அஞ்சாதே என்னும் படத்தில் மிஷ்கின் மூன்று மணி நேரத்துக்குப் பார்வையாளர்களை இருக்கையின் விளிம்பில் உட்கார வைக்கிறார். கமலுக்கு சினிமா என்பதன் அடிப்படை உத்தியான இதுகூடத் தெரியவில்லை. ஒண்ணே முக்கால் மணி நேரத்துக்கு உலகை அழிக்கும் வைரஸ் உள்ள சப்பை டப்பாவை விஞ்ஞானி கமலும், வில்லன் ஃப்ளெட்சரும் துரத்திக் கொண்டு அலைவதைப் பார்க்கும் போது சில சமயங்களில் கொட்டாவியும், சில சமயங்களில் அழுகையும்தான் வருகிறது. பயங்கரமான சலிப்பைத் தரக்கூடிய 'சேஸிங்' காட்சிகள் அவை.

ஒரே கதையின் இழைகள் சிதம்பரம், நியூயார்க், டோக்யோ என்னும் மூன்று வெவ்வேறு தேசங்களில் உள்ள ஊர்களில் ஊடுபாவி பின்னப்பட்டிருப்பதாகச் சொல்ல நினைத்து ஒரு அரைவேக்காட்டு அவியலைக் கொடுத்திருக்கிறார் கமல். ஆனால் அவரே சில ஆண்டுகளுக்கு முன்னால் எனக்கு அறிமுகப்படுத்திய Alejandro Gonzalez Inarittuவின் (*அமோரெஸ் பெர்ரோஸ் இயக்குனர்*) சமீபத்திய படமான *Babel* (*2006*)–ஐ ஞாபகப்படுத்துகிறேன். மொராக்கோ, ஜப்பான், மெஹிகோ, அமெரிக்கா ஆகிய நான்கு தேசங்களில் பல்வேறு பின்னணியில் வசிக்கும் வித்தியாசமான மனிதர்களை எப்படி ஒரே சம்பவம்

பின்னிப் பிணைக்கிறது என்பதை இந்த நான்கு தேசங்களின் சமூக, கலாச்சார, அரசியல் பிரச்சினைகளோடு கலந்து ஒரு அரசியல் சினிமாவாக ஆக்கிக் கொடுத்திருக்கிறார் கொன்ஸாலஸ் இனாரித்து. டோக்யோவில் உள்ள ஒரு பதினெட்டு வயதுப் பெண்ணின் பிரச்சினையும், மொராக்கோவில் ஏதோ ஒரு கண்காணாத கிராமத்தில் வசிக்கும் பத்து வயதுச் சிறுவனின் பிரச்சினையும் நியூயார்க்கில் வாழும் ஒரு குடும்பத்தை எந்த அளவுக்கு உருக்குலைத்துவிட்டது என்பதையும் அவ்வளவு துல்லியமாகக் காட்டியிருப்பார் இனாரித்து. ஆனால் கமலுக்கு இங்கே ஒரு தலித்தையும், முஸ்லீமையும்கூட சரியாகக் காண்பிக்கத் தெரியவில்லை.

கடைசியாக ஒன்று. இது ஒரு ஆசிய வெள்ளைக்காரர் சொன்னது. கமலின் பத்து வேடங்களைப் பற்றிக் கேள்விப்பட்டதும் உடனடியாக ஜாக்கிசான் கேட்டாராம், “தமிழ் சினிமாவில் அந்த அளவுக்கு நடிகர்கள் பஞ்சமா?” என்று.

இந்தப் படத்தை நிஜமான வெள்ளைக்காரர்கள் பார்த்தால் என்ன சொல்வார்கள் என்று நினைத்துப் பார்க்கவே கூச்சமாக இருக்கிறது.

ஜூலை 2008

சுப்ரமணியபுரம்: துரோகத்தின் காவியம்

ஒருநாள் இயக்குனர் சிம்பு தேவன் போன் செய்து *சுப்ரமணியபுரம்* படத்தைப் பற்றி சிலாகித்துச் சொல்லி அதைப் பார்த்துவிடுமாறு சிபாரிசு செய்தார். எனக்கு மிகவும் பிடிக்கும் என்று வேறு சொன்னதால் மறுதினமே சென்றேன். அந்தப் படம் நடந்த எல்லா அரங்குகளிலும் ஹவுஸ்ஃபுல் என்று கண்டிருந்தது. ‘சினிமாத்துறை நலிவடைந்த தொழிலாகிவிட்டது என்று ஒவ்வொரு ஓடாத படத்துக்கும் ஏழு லட்சம் மானியம் அது இது என்று வாரி வழங்கிக் கொண்டிருக்கிறார் தமிழக முதல்வர்; ஆனால் இந்தப் படம் என்ன, இந்த ஓட்டம் ஓடுகிறது?’ என்று எனக்குள் ஆச்சரியம். படத்தைப் பற்றி விசாரித்தால் எல்லோருமே -இயக்குனர் சசிகுமார் உட்பட – புதுமுகமென்று தெரிந்தது.

பிறகு நண்பர் ஒருவரிடம் சொல்லி வைத்து டிக்கட் எடுத்து *சுப்ரமணியபுரம்* சென்றேன். அந்த அனுபவத்தை என்னவென்று சொல்வது? ஒவ்வொரு காட்சிக்கும், ஒவ்வொரு வசனத்துக்கும்

பார்வையாளர்கள் ஒருவித பரவச நிலையில் எதிர்வினை புரிந்து கொண்டிருந்தனர். கிட்டத்தட்ட ரஜினிகாந்தின் படத்தை முதல் நாள் பார்ப்பது போல் இருந்தது. அதனால் வேறொரு நாள், மேல்தட்டு வர்க்கத்தினர் வரக்கூடிய ஒரு திரையரங்கில் *சுப்ரமணியபுரத்தை* இரண்டாம் முறையாகப் பார்த்தேன். அங்கேயும் பார்வையாளர்களிடமிருந்து அதேவிதமான எதிர்வினைதான்.

காரணம் என்ன என்பதற்கு அதிகம் யோசிக்கத் தேவையிருக்க வில்லை. *சுப்ரமணியபுரம்* அந்த அளவுக்குத் தமிழ் வாழ்க்கையை அதி நேர்த்தியாகவும், நிஜமாகவும் பதிவு செய்திருக்கிறது. மக்கள் செயற்கையான படங்களையே பார்த்துப் பார்த்துச் சலித்துப் போயிருக்கிறார்கள். முழு நிர்வாணத்துக்குக் கொஞ்சம் கம்மியான ஆடையை அணிந்து கொண்டு சுவிட்ஸர்லாந்தின் பனிமலைகளில் இடுப்பை முன்னும் பின்னுமாக ஆட்டி ஆட்டி நாயகி ஆட, அவளை ஏதோ ஒரு காட்டு மிருகத்தைப் போல் முகர்ந்து முகர்ந்து பார்த்து ஒரு நாயகன் ஆட, அந்த இருவரையும் சுற்றி ஒரு முப்பது பெண்களும் ஆண்களும் கோஷ்டியாக ஆட - இந்தக் கருமத்தையே எத்தனை காலத்துக்குப் பார்த்துக்கொண்டு இருப்பார்கள் தமிழர்கள்?

இன்னொரு கொடுமை, சண்டைக் காட்சி. ஐம்பது அடியாட் களைப் புரட்டிப் புரட்டி அடிக்கும் ஹீரோ. அந்த ஐம்பது தடியர்களும் போடும் நானாவிதக் கூச்சல். உடையும் கண்ணாடி கள், பலகைகள், தட்டுமுட்டுச் சாமான்கள், காய்கறி வண்டிகள்...

தமிழ் வணிக சினிமா என்பது ஒரு பைத்திய உலகம். நான் சொல்வதில் உங்களுக்கு நம்பிக்கை ஏற்படவில்லை என்றால், தொலைக்காட்சிப் பெட்டியில் ஒலியை மட்டும் நிறுத்தி விட்டுப் பாடல் காட்சியையோ, நடனக் காட்சியையோ பாருங்கள். அப்போது புரியும்.

பாரதிராஜாவுக்குப் பிறகு தமிழ் சினிமாவில் புரட்சிகரமான மாற்றத்தைக் கொண்டுவந்தவர் அமீர். அமீரைத் தொடர்ந்து *சுப்ரமணியபுரம்* இயக்குனர் சசிகுமார் தமிழ் சினிமாவை மிக அதிக உயரத்திற்குக் கொண்டு சேர்த்திருக்கிறார். இந்த

இடத்தில் வேறொரு விஷயத்தையும் எழுத வேண்டியுள்ளது. உலக சினிமாவை ஒரு கால் நூற்றாண்டுக் காலமாகப் பார்த்துக்கொண்டும், விவாதித்துக் கொண்டும் இருக்கும் மற்ற சினிமாக்காரர்கள் எவராலும் ஏன் இப்படி ஒரு படத்தை உருவாக்க முடியவில்லை?

தமிழ் சினிமாவில் சசிகுமார் என்ற பெயர் இதுவரை கேள்விப்படாததாக இருக்கிறது. யார் என்று பார்த்தால் ஏதோ கொஞ்சகாலம் அமீரிடம் உதவியாளராக இருந்திருக்கிறார். அவ்வளவுதான். எப்படி இத்தகைய ஒரு புதிய மனிதரால் உலகின் மிகத் தரமான படங்களுக்கு நிகரான ஒரு சினிமாவை உருவாக்க முடிந்திருக்கிறது?

பருத்தி வீரன் வந்திருந்த சமயம். அமீருடன் பேசிக்கொண்டிருந்த போது, தான் கமல்ஹாசனைச் சந்தித்தது பற்றிச் சொன்னார். படத்தை மிகவும் பாராட்டிய கமல் அமீரிடம் உலக சினிமாவையும் பார்க்கும்படி ஆலோசனை கூற, அதற்கு அமீர் "அதையெல்லாம் பார்க்கும் அளவுக்கு எனக்கு ஆங்கிலம் தெரியாதே?" என்று அடக்கத்துடன் சொல்ல, அதற்குக் கமல் "ரஷ்யாக்காரனுக்கெல்லாம் ஆங்கிலமா தெரியும்?" என்று கேட்டாராம்.

ஐஸன்ஸ்டைனிலிருந்து துவங்கி டர்காவ்ஸ்கி வரை உலக சினிமாவின் சாதனையாளர்களாக இருந்த ரஷ்ய சினிமாக் கலைஞர்களை மனதில் வைத்து கமல் அப்படிச் சொல்லியிருக்கலாம். ஆனால் இப்படி உலக சினிமாவின் ரசிகர்களாக இருக்கும் தமிழ் சினிமாக்காரர்கள் யாராலுமே ஏன் ஒரு நல்ல சினிமாவைத் தர முடியவில்லை என்பதே என்னுடைய நீண்ட நாள் சந்தேகம். நல்ல சினிமா மட்டும் அல்ல; அவர்கள் எடுக்கும் சினிமா மற்ற வணிக சினிமாக் குப்பையை விடவும் மோசமான அரைவேக்காட்டு சினிமாவாகப் போகும் துர்ப்பாக்கிய நிலைக்குக் காரணம் என்ன?

இந்தப் பின்னணியில்தான் அமீர் சொன்னதைக் கேட்டு நான் அவரிடம், "தயவுசெய்து அப்படியெல்லாம் உலக சினிமாவைப் பார்த்துக் கெட்டுப் போய் விடாதீர்கள்" என்று பதற்றத்துடன்

சொன்னேன். ஆம், நல்ல சினிமாவை உருவாக்குவதற்கு சினிமா பற்றிய தொழில் நுட்பத்தை விடவும் வாழ்க்கையைப் பற்றித் தெரிந்திருக்க வேண்டியது அவசியமாகிறது.

சுப்ரமணியபுரத்தைப் பார்த்த போது இதெல்லாம் எனக்கு ஞாபகத்தில் வந்தன. தமிழ் சினிமாவைப் பிடித்திருக்கும் மற்றொரு வியாதி, கதை. கதை, கதை என்று எங்கு பார்த்தாலும் ஒரு புலம்பல் சத்தம் கேட்டுக்கொண்டிருக்கிறது. எத்தனை அறைகளில் எத்தனை ஆயிரம் இரவுகள் இந்த 'ஸ்டோரி டிஸ்கஷன்' என்ற சடங்கில் வீணாகிக் கொண்டிருக்கின்றன தெரியுமா? நூற்றுக்கணக்கான உதவி இயக்குனர்கள் நூற்றுக்கணக்கான ஆங்கிலப் படங்களைப் பார்த்து அவற்றிலிருந்து காட்சிகளையும், கதைத் துணுக்குகளையும் உருவிக் கொண்டிருக்கின்றனர். பாவம்; அவர்களின் கைக்கெட்டும் தூரத்தில் ஆயிரக்கணக்கான கதைகள் கொட்டிக் கிடப்பதை அவர்கள் அறிந்திருக்கவில்லை.

ஒருமுறை ஒரு இயக்குனர் என்னிடம் ஒரு கதை சொல்லச் சொன்னார். இரண்டு நிமிடத்தில் கதையைச் சொல்லி முடித்துவிட்டேன். பதறிப் போய்விட்டார். கதை சொல்வது என்றால் மூன்று மணி நேரத்துக்குக் குறையாமல் சொல்ல வேண்டுமாம்.

ஒரு கீஸ்லோவ்ஸ்கியின் சினிமா ஞாபகம் வருகிறது. ஒரு தகப்பன். அவனுடைய ஆறு வயது மகள். மகள் அம்மாவிடம் வளர வேண்டும் என்ற நீதிமன்ற உத்தரவைக் கையில் எடுத்துக்கொண்டு தன்னுடைய முன்னாள் கணவனைத் தேடி வருகிறாள் அந்தப் பெண். அவள் வருவதைத் தெரிந்து கொண்டு தன் இருப்பிடத்திலிருந்து மகளோடு தப்பிவிடுகிறான் தகப்பன். மகளுக்கும் அம்மாவோடு இருக்கச் சம்மதமில்லை. மகளோடு வெளிநாடு சென்றுவிடலாம் என்பது தகப்பனின் திட்டம். ஒரே ஒரு இரவைக் கடந்துவிட்டால் மறுநாள் விமானத்தைப் பிடித்துவிடலாம்.

அந்த ஒரு இரவில் அவன் தன் மகளை அழைத்துக்கொண்டு தன்னுடைய மனைவியிடமிருந்து தப்பிப் பல்வேறு இடங்களுக்கும் அலைவதுதான் அந்த சினிமா. கடைசியில் அவர்களைப் பிடித்து

விடுகிறாள் குழந்தையின் அம்மா. நீதிமன்ற உத்தரவைக் காட்டி மகளைத் தூக்கிக் கொள்கிறாள். கேமரா குழந்தையின் முகத்தைக் காண்பிக்கிறது. குழந்தை தன் அப்பாவையே பார்க்கிறாள். அவள் கண்களிலிருந்து இரண்டு சொட்டுக் கண்ணீர் உருண்டு ஓடுகிறது. இரண்டு மணி நேரப் படம். படம் முடிந்ததும் பார்வையாளர்கள் ஐந்து நிமிடங்களுக்குக் கைத்தட்டலை நிறுத்தவில்லை.

தமிழ் சினிமாவில் பலருக்கும் சினிமா என்பது சலனக் காட்சிகளால் நகர்ந்து கொண்டிருக்கும் ஒரு கலை வடிவம் என்பதே புரியவில்லை. அதை ஒரு நாவலைப் போலவோ அல்லது பத்திரிகைகளில் வரும் தொடர்கதையைப் போலவோ அவர்கள் கற்பனை செய்து வைத்திருக்கிறார்கள்.

சுப்ரமணியபுரத்தின் கதை என்னவென்றால்... மதுரையில் சுப்ர மணியபுரம் என்ற பகுதியில் வாழும் துளசி (ஸ்வாதி) என்ற ஒரு பணக்கார வீட்டுப் பெண்ணை அதே பகுதியைச் சேர்ந்த அழகர் என்ற ஏழை இளைஞன் (ஜெய்) காதலிக்கிறான். இதை அறிய வரும் துளசியின் சித்தப்பன் கனகு (சமுத்திரக்கனி) துளசியை வைத்தே அழகரைக் கொன்றுவிடுகிறான். இந்தக் கொலைக்குப் பழி வாங்குவதற்காக அழகரின் நண்பன் பரமன் (சசிகுமார்) கனகுவின் கழுத்தை அறுத்துப் போடுகிறான். பிறகு, பரமனின் நண்பன் காசியின் (கஞ்சா கருப்பு) உதவியால் பரமனைக் கொலை செய்கிறார் துளசியின் தகப்பன்.

இதுதான் கதை. இப்படி ஒரு ஏழை இளைஞன் ஒரு பணக் காரப் பெண்ணைக் காதலிக்கும் கதை உலக சினிமாவிலும், உலக இலக்கியத்திலும் எத்தனையோ தடவைகள் சொல்லப்பட்டு விட்டன. எண்ணிக்கையில் அடங்காது. ஏனென்றால், உலகத்தில் மனித வர்க்கத்தினிடையே புழக்கத்தில் இருக்கும் மொத்தக் கதைகளே ஏழுதான். அதையேதான் திரும்பத் திரும்பச் சொல்லியாக வேண்டும். ஆக, எப்படிச் சொல்வது என்பதுதான் கலை. அதுதான் சினிமா.

படத்தின் பாதிப் பகுதி அழகர் – துளசி காதல்தான். ஆனால் வசனம் கிடையாது. வெறும் பார்வையும் சிரிப்பும் மட்டுமே.

இடைவேளை வரை துளசி பேசும் ஒரே வசனம் “உங்ககிட்ட கொஞ்சம் பேசணும்” என்று அவள் அழகரிடம் சொல்வதுதான். ‘கண்களும் கவி பாடுமோ?’ என்ற புகழ் பெற்ற பாடலை நாம் கேட்டு இன்புற்றிருக்கிறோம். இந்தப் படத்தில் துளசியின் கண்கள் அந்தக் காரியத்தைச் செய்கின்றன. அவளுடைய பார்வையும், அழகரின் சிரிப்பும் மட்டுமேதான் அவர்களின் காதலை ஒரு காவியத்தைப் போல் சொல்லுகின்றன. பார்வையாளர்களின் உன்மத்தம் பிடித்தது போன்ற கூச்சலுக்கும், கும்மாளத்திற்கும் இதுதான் காரணம். ஒவ்வொரு மனிதனின் அந்தரங்கமான அனுபவத்தையும் இயக்குனர் சசிகுமார் வெகு உயர்தரமான கலையாக மாற்றியிருக்கிறார்.

சரி, ஒரு யுவனும் யுவதியும் கண்களால் காதல் செய்து கொள்வதை மட்டுமே எப்படி ஒன்றரை மணி நேரத்துக்கு இடைவேளை வரை சலனக் கதையாகச் சொல்வது? இங்கேதான் மதுரையின் எண்பதுகளின் காலகட்டத்தையும் சுப்ரமணியபுரத்தையும் கதாபாத்திரமாக்குகிறார் இயக்குனர்.

பீரியட் ஃபிலம் என்பதற்கு ஆங்கிலத்தில் எத்தனையோ உதாரணங்கள் இருக்கின்றன. சட்டென்று ஞாபகம் வருவது ஸ்பீல்பெர்கின் *ஷிண்ட்லர்ஸ் லிஸ்ட்*. அந்த அளவுக்குத் துல்லியமாக இருக்கிறது சசிகுமாரின் *சுப்ரமணியபுரம்*. ஆகாஷ் வாணியின் அந்நாளைய செய்தி வாசிப்பாளர் சரோஜ் நாராயணஸ்வாமியின் குரல், சுவரில் எழுதப்பட்டிருக்கும் இந்தி எதிர்ப்பு கோஷங்கள், தொலைக்காட்சியில் குழந்தைகளும் பெண்களும் பார்க்கும் *யாதோங் கி பாராத்* மற்றும் பாபி பாடல்கள் என்று கால யந்திரத்தில் 28 ஆண்டுகள் பின்னோக்கிப் பயணிக்கிறோம் நாம்.

மிகக் குறிப்பிட்டுச் சொல்லப்பட வேண்டியது கதாபாத்திரங்களின் ஆடை. எண்பதுகளின் மோஸ்தராக இருந்த பெல் பாட்டம் பேண்ட், கலைந்து கிடக்கும் நீண்ட தலை முடி - அதிலும் முக்கியமாக தையல்காரரிடம் சட்டை அளவு கொடுக்கும்போது “கழுதக் காலர் மறந்துடாதீங்கண்ணே” என்று சொல்லாத இளைஞனே எண்பதுகளில் மதுரையில் கிடையாது - அந்தக்

கழுதைக் காலர் சட்டையை கால் சராயின் உள்ளே விட்டு பட்டையான பெல்ட் அணிவது அப்போதைய மோஸ்தர். இப்படி நிறைய சொல்லிக்கொண்டே போகலாம். இந்தப் படத்தை வைத்துக் கொண்டு ஒருவர் எண்பதுகளைப் பற்றிய ஒரு anthropological ஆய்வையே செய்துவிடலாம் என்று தோன்றுகிறது. அந்த அளவுக்குத் துல்லியமாகச் செதுக்கப்பட்டிருக்கின்றன வாழ்க்கை விவரணங்கள்.

இந்தத் துல்லியம் என்ற விஷயத்தில் இந்திய சினிமாக்காரர்கள் அத்தனை பேரும் கோட்டை விட்டிருக்கின்றனர். சத்யஜித் ரே கூட விதிவிலக்கல்ல. கஞ்சிக்கும் வழியில்லாத அவருடைய ஏழைக் கதாநாயகி கூட சீராகப் புருவம் சிரைக்கப்பட்டவளாக இருப்பாள். ரவிக்கை கூட அணிய முடியாத கிராமத்து ஏழைப் பெண்ணின் சருமத்தில் குட்டைக் கை ரவிக்கை அணிந்து அணிந்து ஏற்பட்ட நிறமாற்றம் பார்வையாளரை உறுத்தும். இப்படிப்பட்ட எந்த உறுத்தல்களும் இல்லாத நிஜமான வாழ்க்கைச் சித்திரம் *சுப்ரமணியபுரம்.*

ஒரு காட்சியில் *சுப்ரமணியபுரத்தில்* அன்றைய சினிமாவின் போஸ்டர் ஒட்டிய தள்ளுவண்டியைத் தள்ளிக்கொண்டு செல்கிறார்கள். சிற்றூர்களிலும், கிராமங்களிலும் இப்படிப்பட்ட தள்ளுவண்டி யாத்திரை சிறுவர்களிடையே படுபிரசித்தம். இந்த யாத்திரையில் கலந்து கொள்ளாத முப்பது வயதுக்கு மேற்பட்டவர்களே இன்றைய தினம் இருக்க முடியாது. அந்த அளவுக்கு கிராமிய வாழ்வோடு இரண்டறக் கலந்தது இந்த நிகழ்ச்சி. பறை அடித்துக்கொண்டே செல்லும் அந்தத் தள்ளு வண்டியைச் சுற்றி அந்தப் போஸ்டரில் உள்ள சினிமா பற்றிய கனவுகளுடன் குதியாட்டம் போட்டுக்கொண்டே செல்வார்கள் சிறுவர்கள். சுப்ரமணியபுரச் சிறுவர்கள் அந்த வண்டியின் பின்னே அன்றைய தினக் கொண்டாட்டமான ரஜினியின் *முரட்டுக் காளைக்கு* அப்படி ஆடிக்கொண்டே செல்கிறார்கள்.

சுப்ரமணியபுரத்தில் *முரட்டுக் காளை* ரிலீஸ் தினம் ஒரு கொண் டாட்டம். நண்பர்கள் ஐந்து பேருக்கும் வரிசையைத் தாண்டிச் சென்று டிக்கட் வாங்கி வருகிறான் காசி. அந்த

ஐந்து டிக்கட்டையும் அவனிடமிருந்து பறித்துக்கொண்டு போய், அந்தப் படத்திற்கு கல்லூரி வகுப்புகளைக் கட் அடித்துவிட்டு வரும் தன் காதலி துளசி மற்றும் அவளுடைய தோழிகளிடம் கொடுக்கிறான் அழகர். நம் ஒவ்வொருவரின் வாழ்விலும் இந்தச் சம்பவம் நடந்திருக்கும். டிக்கட் மட்டுமா கொடுத்திருக்கிறோம்; இன்னும் என்னென்ன வேலை எல்லாம் செய்திருக்கிறோம் என்று நான் நினைத்த மறுகணம், என் பின் இருக்கையிலிருந்து இதே எண்ணத்தை உரத்த குரலில் கத்திச் சொல்கிறார் ஒரு பார்வையாளர். “ஜாரியப் பார்த்ததும் நம்மளக் கழட்டி விட்டுட் டாண்டா...” இதைச் சொல்லாத ஒரு மதுரை இளைஞன் கூட இருக்க முடியாது. ஜாரி, மசை என்பதெல்லாம் பெண்களுக்கு மதுரை இளைஞர்களிடையே வழங்கும் சொற்கள்.

தமிழ் சினிமாவின் மற்றொரு பிரச்சினை செட் என்று சொல்லப் படுகிற அட்டைப் பெட்டி ஜோடனை. துல்லியத்தைப் பற்றி மிகவும் அக்கறை எடுத்துக்கொள்ளும் மணி ரத்னத்தின் *பம்பாயி*லேயே பழைய எம்ஜியார் சிவாஜி காலத்திய செயற்கையான செட் நம் கண்களை உறுத்தியது. தமிழ் சினிமாவில் நிலத்தின் கதை என்பது இல்லாமல் போனதற்குக் காரணமே இந்த செட் கலாச்சாரம்தான். படம் மதுரையில் நடக்கும். ஆனால் மதுரை மாதிரியான அட்டைப் பெட்டி செட் இங்கே கோடம்பாக்கம் ஸ்டுடியோவில் அமைக்கப்பட்டிருக்கும்.

*சுப்ரமணியபுரத்தி*ல் தமிழ் சினிமாவிலேயே இதுவரை இல்லாத அளவுக்கு முதல் முறையாக ஒரு சிற்றூர் தன்னுடைய கதையைச் சொல்லியிருக்கிறது. *பருத்திவீரனி*ல் கூட மனிதர்களின் கதைதான் அதிகம். *சுப்ரமணியபுரத்தி*ல் சுப்ரமணியபுரம் என்ற ஊர்தான் பிரதான பாத்திரம். ஒரு காலகட்டத்தில் தன்னிடம் வாழ்ந்த சில மனிதர்களைப் பற்றிய கதையைச் சொல்கிறது சுப்ரமணியபுரம் என்ற ஊர். தன்னுடைய ஒவ்வொரு சுவரிலும், ஒவ்வொரு தெருவிலும், ஒவ்வொரு திருப்பத்திலும் ஒரு கதையையும் ஒரு வரலாற்றையும் தேக்கி வைத்திருக்கும் சுப்ரமணியபுரம் அதில் ஒரு பகுதியை இந்தப் படத்தின் மூலமாகச் சொல்கிறது.

படத்தின் ஒரு கட்டத்தில் அழகரைக் கொலை செய்ய ஒரு அடியாள் கூட்டம் துரத்துகிறது. கைவசம் ‘பொருள்’ (அரிவாள்)

இல்லாததால் திருப்பித் தாக்கவோ தற்காத்துக்கொள்ளவோ முடியாமல் தப்பி ஓடுகிறான் அழகு. சுமார் பத்து நிமிடங்கள் செல்லும் இந்தத் துரத்தல் காட்சியைப் போன்ற ஒன்றை நான் ஹாலிவுட் ‘சேஸிங்’ காட்சிகளில் கூடக் கண்டதில்லை. *தசாவதாரத்தில்* வரும் செயற்கையான, ஆபாசமான ஒன்றரை மணி நேரத் துரத்தல் காட்சி இங்கே எனக்கு ஞாபகம் வந்து தொலைக்கிறது.

சுப்ரமணியபுரத்தின் துரத்தல் காட்சியில் வரும் எண்ணற்ற குறுகிய சந்துகளின் மூலம் சுப்ரமணியபுரம் என்ற ஊர் தன்னுடைய ஆண்டாண்டுக் கால வரலாற்றைச் சொல்வதாகத் தோன்றுகிறது. சிந்துவெளி நாகரிகத்தின் அடையாளங்களை ஹரப்பாவின் நூற்றுக்கணக்கான சந்துகளும் தெருக்களும் இன்று நமக்கு சாட்சி சொல்லிக் கொண்டிருப்பதைப் போல், சுப்ரமணியபுரத்தின் இந்தக் குறுகிய சந்துகளும் தமிழ் சினிமா உள்ளவரை அந்த ஊரின் கலாச்சார சாட்சியமாய் விளங்கிக் கொண்டிருக்கும்.

அழகர், பரமன், காசி, டும்கான் என்ற ஊனமுற்றவன், இன்னொருவன் என ஐந்து வேலையற்ற இளைஞர்கள் சித்தன் சவுண்ட் சர்விஸ் என்ற கடையில் அமர்ந்து பேசிப் பொழுதைக் கழிக்கின்றனர். தமிழ்நாட்டுக் கிராமங்களின் வேலையில்லா இளைஞர்களின் அத்தனை பிரச்சினைகளையும் சந்திக்கிறார்கள் இவர்கள். இதுதான் *சுப்ரமணியபுரத்தின்* கதை. ஒரு ஏழை இளைஞனுக்கும் பணக்காரப் பெண் ஒருத்திக்கும் இடையிலான காதல் என்ற ஒரே ஒரு முடிச்சை வைத்துக் கொண்டு மூன்று மணி நேரத்துக்கு எப்படி ஒரு சலன சித்திரத்தை உருவாக்குவது? இந்தப் புள்ளியில்தான் *சுப்ரமணியபுரம்* வேறு எந்தத் தமிழ்ப் படமும் சாதித்திராத ஒன்றைச் சாதித்திருக்கிறது.

ஒரு ஈரானியத் திரைப்படம். பெயர் நினைவில்லை. ஒரு பத்து வயதுச் சிறுமி. அவள் தன்னுடைய தோழனோடு விளையாடுவதற்கு வீட்டுப் பெரியவர்கள் அனுமதி மறுக்கின்றனர். மிகவும் கெஞ்சியதில் உச்சி வெயில் சாய்வதற்குள் வந்துவிட

வேண்டும் என்ற நிபந்தனையுடன் அனுமதி கிடைக்கிறது. உச்சி வெயில் சாய்வதை எப்படிக் கண்டு பிடிப்பது? அவளிடம் ஒரு குச்சி இருக்கிறது. அதை மணலில் நடுவாள் அந்தச் சிறுமி. நிழல் சாய்வாக விழுந்தால் உச்சி முடிந்து விட்டது என்று பொருள். தோழனின் வீட்டுக்கு வருகிறாள். வீட்டுப் பாடத்தை முடிக்காததால் அவனுக்கு வீட்டை விட்டு வெளியே செல்ல அனுமதி கிடைக்கவில்லை. சன்னல் வழியாகவே இருவரும் பேசிக்கொள்கிறார்கள். சிறுமி ஒரு குச்சி மிட்டாய் வாங்கி வருகிறாள். அந்த மிட்டாயை ஜன்னலுக்கு உள்ளே இருக்கும் சிறுவனும், ஜன்னலுக்கு வெளியே நின்று கொண்டிருக்கும் சிறுமியும் மாறி மாறி சப்பித் தின்கிறார்கள். உச்சிக்குள் திரும்ப வேண்டுமே என்ற பதற்றம் சிறுமிக்கு. அடிக்கடி மணலில் குச்சியை வைத்துப் பார்த்துக் கொள்கிறாள். உச்சி முடிந்ததும் வீடு திரும்புகிறாள். முக்கால் மணி நேரம் ஓடும் படத்தின் கதை, சம்பவம், கதாமாந்தர்கள் எல்லாமே இவ்வளவுதான். பார்வையாளர்கள் அத்தனை பேரையும் இருக்கையிலேயே கட்டிப்போட்ட படம் இது.

கதை சொல்லலில் இப்படி ஒரு புரட்சிகரமான மாற்றத்தை ஏற்படுத்தியிருக்கிறது *சுப்ரமணியபுரம்*. ஒரு காட்சியில் காசியும், டும்கானும், மற்றவனும் குளிக்கிறார்கள்.

> *டேய் சோப்பு குடுரா...*

இது காசி.

> *ஒருத்தர் போட்ட சோப்பை இன்னொருத்தர் போடக் கூடாதுரா. தேமல் வந்துருண்டா.*
>
> *சரி, அப்படியாவது நம்ம தோலு வெள்ளையாவதா பாப்பம்டா... குடுரா.*

இதற்கிடையில் மூன்றாமவனின் துண்டை டும்கான் பிடுங்கிக் கொள்ள அவன் ஒரு மூலையில் பதுங்குகிறான். அப்போது அந்த மூலையில் இருக்கும் கக்கூஸுக்குள்ளிருந்து வெளியே வரும் ஒரு ஆள் திடீரென்று ஒருத்தனின் அம்மணக் குண்டியைப்

பார்த்துவிட்டுத் திட்ட காசி கத்துகிறான்.

டேய், நீ ஜட்டி போட்லியாடா?

அதை வேற எதுக்குடா போட்டுக்கிட்டு, ஒரே இறுக்கமா ?

அய்யய்யோ, அப்பன்னா நேத்து போலீஸ் ஸ்டேசன்ல இன்ஸ்பெக்டரு நம்மள அடிக்கும் போது கைலியைக் கழட்டுங்கடான்னு சொல்லியிருந்தா நீ அவ்ளோதான்.

'எல்லோரும் சுத்தபத்தமா இருக்கீகளா?' என்று நொடிக்கு ஒருமுறை மற்றவர்களைக் கேட்கும் கோவில் தர்மகர்த்தா தன்னுடைய சிபாரிசில் கோவில் திருவிழாவுக்கு சவுண்ட் சர்வீஸ் கான்ட்ராக்ட் கொடுக்கப்பட்டிருப்பவனின் மனைவியை 'வைத்துக்' கொண்டிருப்பதும், தர்மகர்த்தாவும் அந்தப் பெண்ணும் அந்தரங்கமாக இருக்கும்போது வீட்டுக்கு வெளியே பூட்டைப் போட்டு பின் வாசல் வழியே சாக்கடையில் விழுந்து தெறித்து அவரை ஓட வைக்கும் காசி கோஷ்டியின் கலாட்டாக்கள். இப்படி சின்னச் சின்ன சம்பவங்களின் ஊடாகவே சுப்ரமணிய புரம் என்ற ஊரின் கதை சொல்லப்படுகிறது.

இந்த நிலையில் கதையில் ஒரு திருப்பம். கவுன்சிலராக இருந்த தன் அண்ணனுக்கு அந்தப் பதவி கிடைக்காமல் மீண்டும் மீண்டும் மற்றொருவனுக்கே கொடுக்கப்பட்டதால் மனம் புழுங்கும் கனகு, அழகர், பரமன் இருவரின் வெகுளித்தனத்தைப் பயன்படுத்தி அவர்களை வைத்துத் தன் அண்ணனுக்குப் போட்டியாளனாக இருக்கும் மற்றொருவனைக் கொலை செய்துவிடுகிறான். அழகரும், பரமனும் நட்புக்காகச் செய்யும் இந்த முதல் கொலை அவர்கள் இருவரின் வாழ்க்கையையும் தலைகீழாகப் புரட்டிப் போட்டு அவர்களைத் தொடர் கொலைகாரர்களாக ஆக்கிவிடுகிறது.

இதற்கெல்லாம் காரணமாக இருந்து, தங்களைக் கொலைகாரர் களாக்கிச் சிறைக்கு அனுப்பிவிட்டு கவுன்ஸிலர் பதவியையும் அனுபவித்துக்கொண்டு, தங்களை பெயிலில் கூட எடுக்காமல் நம்பிக்கைத் துரோகம் செய்த கனகுவைக் கொல்ல முயல்கிறார்கள் அழகரும், பரமனும். முதல் முயற்சியில் தப்பிவிடும் கனகு

அவர்கள் இருவரும் உயிரோடு இருந்தால் தன் உயிருக்கு ஆபத்து என்பதை உணர்ந்து துளசியின் காலில் விழுந்து கதறுகிறான். "என் உயிரையும் என் அண்ணன்களின் உயிரையும் உன் ஒருத்தியின் மூலம்தான் காப்பாற்ற முடியும்; அப்படிக் காப்பாற்றினால் நீதான் இந்தக் குடும்பத்தின் குல தெய்வம்."

துளசி அழகரைத் தனி இடத்துக்கு வரவழைக்கிறாள். "எப்போதும், எந்த நிமிடமும் உயிருக்குப் பயந்து அரிவாளை இடுப்பில் சொருகிக் கொண்டே வாழும் நான் உன்னிடம் மட்டும்தான் பயமில்லாமல் இருக்கிறேன்" என்று துளசியிடம் ஒருமுறை சொல்கிறான் அழகர். அதேபோல் அவளைப் பார்க்கச் செல்லும்போது அவனிடம் அரிவாள் இருப்பதில்லை. கனகுவின் ஆட்கள் ஆயுதங்களோடு அழகரைச் சூழ்ந்து கொள்கிறார்கள். வெறும் கைகளால் அவர்களைத் தடுக்கிறான் அழகர். அப்போது அங்கே வரும் கனகு அழுது கொண்டிருக்கும் துளசியை அரவணைத்தபடி அழைத்துச் செல்லும்போது, "நீ நம் குடும்ப மானத்தைக் காப்பாற்றி விட்டாய் அம்மா" என்று சொல்வதைக் கேட்டதும் அழகர் தன் மேல் விழும் அரிவாள் வெட்டுகளைத் தடுப்பதை நிறுத்தி விடுகிறான். செத்து விழுகிறான். இந்தப் படத்தின் கரு இதுதான். துரோகம்.

இந்தப் படத்தைப் பார்த்ததும் ஷேக்ஸ்பியரின் ஜூலியஸ் ஸீஸரை மீண்டும் ஒருமுறை படித்துப் பார்த்தேன். மற்றவர்கள் குத்தும்போது சலனமற்றிருக்கும் ஸீஸர், ப்ரூடஸும் தன்னைக் குத்துவதைப் பார்த்துவிட்டுத்தான் "Et tu, Brute! Then fall, Caesar" (Act3: Scene 1) என்று சொல்லி வீழ்கிறான். ஆனால் ஜூலியஸ் ஸீஸரில் வரும் துரோகத்தைவிடக் காதலின் துரோகம் பெரிது. ஏனென்றால், Betrayal can only happen if you are in love என்று ஆங்கிலத்தில் ஒரு பழமொழி உண்டு. காதலை விட வேறு எந்த இடத்திலும் துரோகத்தின் வலிமை அவ்வளவு தீவிரமாகவும், கடுமையாகவும் இருப்பதில்லை. அதனால்தான் பெரும்பாலான கொலைகள் காதலை முன்வைத்து நடக்கின்றன.

நீட்ஷேவின் Thus Spake Zarathustraவில் வரும் கிழவி சொல்வது உங்களுக்கு ஞாபகம் இருக்கலாம். Are you going to women? Don't forget your whip... என்று ஜாரதுர்ஷ்ட்ராவிடம் சொல்லுவாள் அந்தக் கிழவி. தன் காதலி துளசியை முழுமையாக நம்பியதால் அழகர் தன் ஆயுதத்தை எடுத்துச் செல்லவில்லை. இவ்விஷயத்தில் அவன் ஆரம்பத்திலிருந்தே தன் நண்பன் பரமன் சொன்னதையும் கேட்காமல் போனான்.

காதலின் துரோகம் இப்படி அழகரின் உயிரைப் பறித்ததென்றால் நட்பின் துரோகம் பரமனின் உயிரைப் பறித்தது. பணத்துக்காக பரமனை துளசியின் தகப்பனிடம் காட்டிக் கொடுக்கிறான் காசி. இப்படி நண்பர்கள் இருவரும் துரோகத்தால் வீழ்த்தப்படுகிறார்கள்.

படத்தின் மற்றொரு முடிச்சு என்னவென்றால், படத்தில் நடக்கும் அத்தனை கொலைகளுக்கும் காரணமாக இருப்பது ஒரு பெண்ணின் வார்த்தைதான். எக்ஸ் கவுன்ஸிலராக இருக்கும் கனகுவின் அண்ணனுக்கு அவர் எதிர்பார்த்தபடி கட்சித் தலைவர் பதவி கிடைக்காததால் மிகவும் நொந்து போய்க் கிடக்கிறார். அப்போது அவர் மனைவி "இவரும் உக்கார்ந்துகிட்டு இருக்கார் பதவி வரும் வரும்னுட்டு; எங்கே வந்துது? கோவில் திருவிழா அன்னிக்குக் கூட வெளியே தலை காட்ட முடியாம பொம்பளை மாதிரி மொட்ட மாடில் போய் ஒளிஞ்சுக்கிட்டு இருந்தார்" என்று பலவாறாகப் பேசி அவமானப்படுத்துகிறாள். இந்தப் பேச்சுதான் கனகுவை உசுப்பி விடுகிறது. "வீட்டில் பெண்கள் கூட நம்மை மதிக்கமாட்டேன் என்கிறார்கள்; இனிமேல் வாழ்ந்து என்ன பயன்?" என்று அழகரிடம் சொல்லி அவனையும் பரமனையும் தங்கள் எதிரியைத் தீர்த்துக் கட்டத் தூண்டிவிடுகிறான். இரண்டு சாதாரண இளைஞர்கள் கொலைகாரர்களாக மாறுவதற்கும், பிறகு அவர்களாலேயே அவனும் இறுதியில் கொல்லப்படுவதற்கும் எக்ஸ் கவுன்ஸிலரின் மனைவியின் ஒரே ஒரு பேச்சே காரணமாய் அமைகிறது. எதிரி கொல்லப்பட்டு தன் கணவருக்குக் கட்சித் தலைவர் பதவி கிடைத்ததும் வாயெல்லாம் பல்லாக அந்தப் பெண்மணி தன் தந்தையிடம் போனில் பேசும் காட்சியும் நீட்ஷேவின் அந்தப் புகழ்பெற்ற மேற்கோளை நமக்கு நினைவு படுத்துகிறது.

ஆனால் இதெல்லாம் நடந்து முடிந்து 27 ஆண்டுகள் கழித்து

காசியைக் கொலை செய்து பழி தீர்க்கிறான் டும்கான்.

சுப்ரமணியபுரம் பற்றிச் சொல்ல இன்னும் ஏராளமான விஷயங்களும், விசேஷங்களும் உண்டு. குறிப்பாக இசையும், ஒளிப்பதிவும் அபாரமாக இருந்தது. சுருக்கமாகச் சொன்னால், இந்திய சினிமாவில் *சுப்ரமணியபுரம்* ஒரு cult film - ஆக அமையும், சந்தேகமில்லை.

சுப்ரமணியபுரத்துக்கு சம்பந்தமில்லாத ஒரு பின்குறிப்பு: ஆமாம், தெரியாமல்தான் கேட்கிறேன். இப்படித் தமிழ் சினிமா முழுவதையும் மதுரைக்காரர்களே ஆக்ரமித்துக் கொண்டால் மற்ற பகுதிக்காரர்கள் எல்லாம் என்னய்யா செய்வது? தெலுங்குப் படம் எடுக்க வேண்டியதுதானா? ஒரு காலத்தில் எங்கள் கீழத்தஞ்சை மாவட்டம் தமிழ் சினிமாவையே புரட்டிப் போட்டுக் கொண்டிருந்தது, பராசக்தியிலிருந்து ஆரம்பித்து. இப்போது அந்தக் கீழத்தஞ்சை மாவட்டத்துக்காரர்களின் அம்மி குத்தும் சத்தம்தான் உளியின் ஓசையாகக் கேட்டுக் கொண்டிருக்கிறது. அமீர் முதல் சசிகுமார் வரை வந்துள்ள மதுரைக்கார சிங்கங்களுக்கு ஒரு வேண்டுகோள்: கொஞ்ச காலத்துக்கு மதுரையை மறந்துவிட்டு கீழத் தஞ்சை மாவட்டத்துப் பக்கம் வாருங்கள்; அழகழகான கதை கிடைக்கும்.

ஆகஸ்ட் 2008

ஜானே து யா ஜானே நா

கார்த்திக் ஒரு இந்திப் பாடலை அடிக்கடி கேட்டுக் கொண்டிருந்தான். அடிக்கடி அல்ல. தொடர்ந்து 50 முறை கூட இடைவிடாமல் கேட்பான். அவன் கேட்டு முடித்ததும் நானும் போய் அதை மறுபடியும் போடச் சொல்வேன். இப்படி இரண்டு பேரும் பைத்தியமாய்க் கேட்டுக் கொண்டிருந்த அந்தப் பாடல் எந்தப் படம், யார் பாடியது என்று கேட்டேன். ரஷீத் அலி பாடிய பாடல், ஜானே து யா ஜானே நா என்ற படம் என்று தெரிந்தது.

அந்தக் காலத்தில் (1973) ஆ கலே லக் ஜா (வந்து என்னை அணைத்துக் கொள்) என்று ஒரு இந்திப் படம். சஷி கபூர், ஷர்மிளா டாகுர் நடித்தது. அதில் கிஷோர் குமார் பாடிய அருமையான பாடல் ஜானே து ஜானே நா.

ஜானே து யா ஜானே நா (உனக்குத் தெரியுமா? தெரியாதா?) ஒரு மிக நல்ல பொழுதுபோக்குப் படம். ஜெய் (இம்ரான் கான்), அதிதி (ஜெனிலியா) இருவரும் நெருங்கிய நண்பர்கள். ஆனால் இருவரும் காதலர்கள் என்பதாகவே அவர்களுடன் படிக்கும் மற்ற மாணவர்கள் நினைக்கிறார்கள். கல்லூரிப் படிப்பு

முடிந்ததும் அதிதியின் பெற்றோர் ஜெய்யை அழைத்து அவர்களுடைய திருமணம் பற்றிப் பேசுகிறார்கள். அதைக் கேட்டு அதிதி அதிர்ச்சி அடைகிறாள். "இவன் என்னுடைய நண்பன்தான்; காதலன் அல்ல" என்கிறாள்.

பிறகு அதிதிக்கு ஒரு காதலனை ஜெய்யும், ஜெய்க்கு ஒரு காதலியை அதிதியும் பார்த்துக் கொடுப்பதாக இருவரும் முடிவு செய்கிறார்கள். அதற்குப் பிறகு கதை சுவாரசியமாகப் போகிறது. இந்தி சினிமாவில் இப்படி ஒரு கதையை நான் இதுவரை பார்த்ததில்லை.

படம் முழுவதும் ஆட்டம், பாட்டம், கொண்டாட்டம்தான். ஏ.ஆர்.ரஹ்மான் அமர்க்களப்படுத்தியிருக்கிறார். நான் முதலில் குறிப்பிட்ட ரஷீத் அலி பாடிய கபி கபி என்ற பாடல் படத்தின் ஆரம்பத்தில் வருகிறது. அதிதி ஒரு பூனை வளர்க்கிறாள். ஒருநாள் அந்தப் பூனை இறந்துவிடுகிறது. அந்த துக்கத்தில் இருக்கும் அவளைச் சிரிக்க வைக்க முயல்கிறான் ஜெய். அதுவே அந்தப் பாடல். சமீப காலத்தில் இவ்வளவு அருமையான பாடலை நான் கேட்டதில்லை. இதே போல் இந்தப் படத்தில் ரஷீத் அலி பாடிய கஹீ(ங்) தோ என்ற பாடலையும் மீண்டும் மீண்டும் கேட்டுக்கொண்டிருக்கிறேன்.

3.9.2008

இந்திய சினிமாவில் ஒரு மௌனப் புரட்சி

உருவாகி வரும் ஒரு புதிய அலை

இந்தியாவின் வெகுஜன சினிமா ஹாலிவுட்டையே தனது முன்னோடியாகக் கொண்டிருந்ததால்தான் சினிமா தயாரிப்பில் உலக அளவில் முன்னணி நாடுகளில் ஒன்றாக இருந்தாலும், ஒலிம்பிக் பங்கேற்பைப் போலவே சினிமாவிலும் இந்தியா ஆகக் கடைசியில் இருந்து வந்தது. மிகக் கடுமையான தணிக்கை விதிகளும், சமூகத் தடைகளும் கொண்ட ஈரானிய சினிமாகூட இன்று உலக அளவில் பெரிதாகப் பேசப்படும் நிலையில், இந்தியா வெறும் மசாலா சினிமாவையே உற்பத்தி செய்து கொண்டிருந்தது. ரஷ்யா ஐஸன்ஸ்டைன் (Battleship of Potemkin), டர்க்கோவ்ஸ்கி போன்ற திரைப்பட மேதைகளை உருவாக்கிக் கொண்டிருந்த போது, ரஷ்ய மகா ஜனங்களுக்கு இந்தியா என்றால் ராஜ் கபூரையும், மேரா நாம் ஜோக்கரையும் மட்டுமே தெரிந்திருந்தது. ரித்விக் கடக், சத்யஜித் ராய் போன்ற பெயர்களெல்லாம் வெறும் விதிவிலக்குகளாக மட்டுமே தீவிர சினிமா விசிறிகளால் அறியப்பட்டிருந்தன; அவ்வளவுதான்.

இந்த நிலையில் சமீப காலமாக இந்தி சினிமாவில் புரட்சிகரமான மாற்றம் ஒன்று நிகழ்ந்து கொண்டிருக்கிறது. இந்தி சினிமா ஹாலிவுட் என்ற இலக்கை விட்டுவிட்டு ஐரோப்பாவை நோக்கி நகர்ந்ததே அந்த மாற்றம். இது சினிமா என்ற கலைச் சாதனத்தின் உள்ளே சுயமாக நிகழ்ந்துவிடவில்லை. இந்தியச் சமூகத்தில் சமீப காலத்தில் நடந்த சில மாற்றங்களே இதற்குக் காரணம்.

உலகமயமாக்கல் மற்றும் தகவல் துறையில் நேர்ந்த அதிசயிக்கத்தக்க மாற்றங்கள் போன்றவற்றின் காரணமாக நகரங்களில் Multi-plexes, Malls என்ற புதுவகை மையங்கள் உருவாயின. ஒரே இடத்தில் பத்துக்கும் மேற்பட்ட சினிமா அரங்குகளைக் கொண்டது மல்ட்டிப்ளெக்ஸ். இதனால் ஐநூறுக்கும் மேற்பட்ட பார்வையாளர்கள் அமர்ந்து பார்க்கக் கூடிய பிரமாண்டமான திரையரங்குகள் வழக்கொழிந்து, ஒரே வளாகத்தில் வெகு சிலரே அமரக்கூடிய சிறு அரங்குகள் உருவாயின. பார்வையாளர்களிடம் சினிமா பௌதிகரீதியாகவே வெகு அருகாமையில் வந்தது; தாங்கள் பார்க்கும் பிம்பங்களுடன் ஒரு அந்தரங்கத்தன்மையை அவர்களால் உணர முடிந்தது. பார்வையாளர்களுக்கு இது ஒரு புதிய அனுபவம். கிட்டத்தட்ட ஹோம் தியேட்டர் என்று சொல்லக்கூடிய அளவுக்கு சினிமா அவர்களிடம் நெருக்கமாகப் பேசியது. இதன் விளைவாக மூன்று மணி நேரம் ஓடும் பிரமாண்ட சினிமா, சூப்பர் ஸ்டார், பத்துப் பாடல்கள், எட்டுச் சண்டைக் காட்சிகள் என்ற எல்லாமே அடிபட்டுப் போயின. கூடவே ஹீரோ நடிகர்களின் நட்சத்திர அந்தஸ்தும் காணாமல் போயிற்று. இந்தப் பின்னணியில்தான் சமீபத்தில் வந்த சில இந்திப் படங்களையும், தமிழ்ப் படங்களையும் நாம் அவதானிக்க வேண்டும். இப்படி ஒரு பத்துப் படங்களை செப்டம்பர் மாதத்திலேயே பார்க்க நேர்ந்தது எனக்கு ஒரு இன்ப அதிர்ச்சி என்றுதான் சொல்ல வேண்டும்.

இந்த வரிசையில் சந்தோஷ் சிவன் இயக்கிய *தஹான்* (Tahaan) எனக்குப் பார்க்கக் கிடைத்த முதல் படம். தஹான் என்ற எட்டு வயதுச் சிறுவன் காஷ்மீரின் பள்ளத்தாக்குப் பகுதி ஒன்றில் தன்னுடைய வாய் பேச முடியாத அம்மாவுடனும் (சாரிகா), சகோதரி ஸோயாவுடனும் வாழ்கிறான். அவனுடைய அப்பாவை மூன்று ஆண்டுகளாகக் காணவில்லை. தஹானின் ஒரே விளையாட்டுத் தோழனாக இருப்பது அவன் வளர்க்கும் கழுதை பீர்பால். பழைய கடன் ஒன்றைத் திருப்பிச் செலுத்த முடியாததால் அதற்கு ஈடாக பீர்பாலைக் கொடுத்துவிடுகிறாள் தஹானின் அம்மா. பீர்பால் கடைசியில் சுபான் தர் (அனுபம் கேர்) என்ற வியாபாரியிடம் விற்கப்படுகிறது.

விற்கப்பட்ட தனது கழுதையைத் தேடி எங்கெங்கோ அலைந்து திரியும் தஹான், இத்ரிஸ் என்ற ஒரு தீவிரவாதி இளைஞனைச் சந்திக்க நேர்கிறது. "ஆப்பிளோடு ஆப்பிளாக வைத்து ஒரு கையெறி குண்டையும் கடத்திச் சென்றால் கழுதையைத் திரும்பக் கிடைக்கச் செய்கிறேன்" என்று சொல்லி தஹானை நம்ப வைக்கிறான் இத்ரிஸ்.

படம் நெடுகிலும் சொர்க்கத்தைப் போல் தோற்றமளிக்கும் காஷ்மீரின் பனிமலைகளினூடே எப்போது பார்த்தாலும் எல்லா இடங்களிலும் ராணுவத்தினரின் நடமாட்டத்தையே காண முடிகிறது. ஒரு காட்சியில் சிறுவர்கள் விளையாடும் காட்சி வருகிறது. ஒரு கோஷ்டி மற்றொரு கோஷ்டியைத்

துப்பாக்கியால் சுட, அந்த கோஷ்டியும் பதிலுக்குச் சுட, இரண்டு கோஷ்டியிலும் சில சிறுவர்கள் 'கொல்லப்படுகிறார்கள்.' இதுதான் காஷ்மீரில் சிறுவர்களின் விளையாட்டு. அந்தச் சிறுவர்களுக்கு மரக்குச்சிதான் துப்பாக்கி.

காஷ்மீர் நிர்வாகமே ராணுவத்தின் கைகளில்தான் இருக்கிறது என்பது இன்று எல்லோரும் அறிந்த உண்மை. இந்திய ராணுவத்துக்கும், காஷ்மீர் தீவிரவாதிகளுக்கும் இடையே நடக்கும் போரில், அந்த சொர்க்க பூமிக்குச் சொந்தமான மக்கள் (பண்டிட்டுகள் உட்பட) எப்படி நிராதரவாக வாழ்கிறார்கள் என்பதையே தஹானின் அம்மா என்ற பாத்திரத்தின் மூலம் காண்பித்திருக்கிறார் சந்தோஷ் சிவன். காஷ்மீரைப் பற்றி இந்தியாவும், பாகிஸ்தானும், ராணுவ அதிகாரிகளும், பத்திரிகையாளர்களும் கருத்து தெரிவிக்கிறார்கள். ஆனால் அந்த மண்ணுக்குச் சொந்தமான காஷ்மீரிகளுக்கு அந்த உரிமை 60 ஆண்டுகளுக்கு மேலாக மறுக்கப்பட்டிருக்கிறது. அவர்கள் என்ன நினைக்கிறார்கள் என்றே வெளி உலகத்துக்குத் தெரியாது. காஷ்மீரிகளின் குரலாக வெளித்தெரிபவர்களையும் இந்திய அரசு அங்கீகரிப்பதாக இல்லை. (உம்: யாசீன் மலிக்).

தஹானாக நடிக்கும் சிறுவன் பூரவ் பண்டாரேயின் நடிப்பு உலக அளவில் பேசப்படும். சாரிகாவின் நடிப்பும் அற்புதம். அவர் கண்களில் தெரியும் துக்கமும் நிராசையும், கணவனைக் காணவில்லை என்ற துயரமும் காஷ்மீரில் வாழ நேர்ந்திருக்கும் அத்தனை பேருடைய வேதனையின் ஒட்டு மொத்தக் குறியீடு எனலாம். காணாமல் போனவர்கள் இல்லாத ஒரு குடும்பத்தைக்கூட காஷ்மீரில் பார்க்க முடியாது. ஒன்று, அவர்கள் ராணுவத்தால் சந்தேகத்தின் பேரில் பிடிக்கப்பட்டிருப்பார்கள்; அல்லது, தீவிரவாதிகளின் போராட்டத்தில் சேர்ந்திருப்பார்கள்.

பீர்பாலைத் தேடி எங்கெங்கோ அலையும் தஹான் ஒரு இடத்தில் தர் என்பவனைச் சந்திக்கிறான். பள்ளத்தாக்கில் நடக்கும் கழுதைப் பந்தயத்தில் பீர்பாலை வெற்றி பெறச் செய்தால் பீர்பாலை தஹானிடமே திருப்பித் தந்துவிடுவதாகப் பேரம் பேசுகிறான் தர். வெற்றி பெற்றால் கழுதையின் சொந்தக்காரன் என்ற முறையில் தர்ருக்குக் கொஞ்சம் பணம் கிடைக்கும்.

தர்ருடன் வெகுதூரம் பயணம் செய்கிறான் தஹான். தர்ரின் ஊர் வருகிறது. பீர்பாலை பந்தயத்தில் வெற்றி பெற வைக்கிறான். ஆனால் தர்ரோ தான் வாக்களித்தபடி கழுதையை தஹானிடம் கொடுக்காமல் ஏமாற்றிவிடுகிறான்.

கடைசியில் தஹான் தன் வீட்டுக்குத் திரும்பி வரும்போது கைகள் விலங்கிடப்பட்ட நிலையில் ராணுவத்தினரால் தன் அப்பா அழைத்துச் செல்லப்படுவதைக் காண்கிறான்.

தஹானில் சந்தோஷ் சிவனின் ஒளிப்பதிவு உலகத்தரம் என்று சொல்லலாம். *ரோஜா, உயிரே* என்ற படங்களைப் போல் வெறும் காட்சி அழகுக்காக அவரது கேமரா காஷ்மீரின் அழகைப் பதிவு செய்யவில்லை. படத்தின் துயரம் தோய்ந்த கவித்துவத்துக்கு ஏற்றபடியே அவரது கேமராவும் தஹான் என்ற சிறுவனின் கூடவே பயணித்திருக்கிறது. கழுதைப் பந்தயம் ஒரு உதாரணம்.

அதே போல் இந்தப் படத்தின் மற்றொரு பலம் இதன் இசை. காஷ்மீரிகளின் நாட்டுப்புற இசையை அப்படியே அள்ளி அள்ளிக் கொடுத்திருக்கிறார் தௌஃபீக் குரேஷி. (தௌஃபீக்கின் முக்கியமான ஆல்பம்: ரிதுன்)

ஒரு துயரமான பாடலைப் போன்ற *தஹானில்* கெட்டவர்கள் என்று யாருமே இல்லை . அதிகார வர்க்கத்தால் எடுக்கப்படும் முடிவுகளால் சாதாரண மனிதர்கள் எப்படிப் பகடைக் காய்களாக மாறி அல்லல்படுகிறார்கள் என்பதுதான் *தஹானின்* அடியோட்டம். ஒரு காட்சியில் ராணுவச் சிப்பாய் ஒருவர் ஒரு தொலைபேசி பூத்திலிருந்து சத்தமான குரலில் “நான்தான் முரளி பேசுகிறேன்; 500 ரூபாய் மணியார்டரில் அனுப்பி வைத்திருக்கிறேன்; அடுத்த வாரம் கிடைத்துவிடும்” என்று தமிழில் பேசுகிறார்.

பயங்கரவாதம் பற்றி இந்தியாவில் எடுக்கப்பட்ட படங்களிலேயே மிகச் சிறந்த கலைப் படைப்பு *தஹான்*தான் என்று நிச்சயமாகச் சொல்லலாம். இந்தப் படத்தைப் பார்த்தபோது எனக்கு ஈரானிய இயக்குனர் மஜீத் மஜீதி, மக்மல்பஃப் போன்றவர்களின் படங்களைப் பார்ப்பது போல் இருந்தது. *தஹான்* உலக அளவில் பேசப்படும்.

A Wednesday : பயங்கரவாதம் பற்றிய மற்றொரு படம் நீரஜ் பாண்டேவின் ஒரு புதன்கிழமை. தஹான் போல் இல்லாமல் வெகுஜன ரசனைக்கேற்ற பொழுதுபோக்குப் படம். ஆனால் மற்ற பொழுதுபோக்குப் படங்களுக்கும் புதன்கிழமைக்கும் உள்ள வித்தியாசம் என்னவென்றால், பொழுதுபோக்கு சினிமாவுக்குரிய அத்தனை இலக்கணங்களையும் உடைத்து எறிந்து ஒரு மாஸ்டர்பீஸ் என்ற தரத்துக்கு உயர்ந்துவிட்டது என்பதுதான். மட்டுமல்லாமல், வெகுஜன சினிமா என்பது சீரியஸ் சினிமாவாகவும் இருக்க முடியும் என்பதற்கு இப்படம் ஒரு உதாரணம்.

ஒரு ஆக்ஷன் த்ரில்லரான இந்தப் படத்தில் பொழுதுபோக்கு அம்சத்துக்குரிய எந்த விஷயமும் இல்லை. ஹீரோ, ஹீரோயின், வில்லன், காமெடி, பாட்டு, சண்டை என்ற எதுவுமே இல்லாமல் ஒன்றரை மணி நேரத்துக்குப் பார்வையாளர்களை இருக்கை நுனியில் அமர வைக்கிறது ஒரு புதன்கிழமை.

நகரத்தில் ஆறு இடங்களில் குண்டு வைத்திருப்பதாக மும்பை போலீஸ் கமிஷனர் பிரகாஷ் ரதோருக்கு (அனுபம் கேர்) ஒரு அனாமதேய போன் வருகிறது. குரலுக்குரியவர் நஸ்ருத்தீன் ஷா. சிறையில் இருக்கும் நான்கு தீவிரவாதிகளை விடுவிக்காவிட்டால் அந்தக் குண்டுகள் வெடிக்கும் என்று கூறுகிறார் அந்த நபர். போன் எங்கிருந்து வருகிறது என்று போலீஸால் கண்டுபிடிக்க முடியவில்லை.

கடைசியில் வேறு வழியில்லாமல் நான்கு தீவிரவாதிகளையும் அவர் சொன்ன இடத்தில் விட்டு விடுகிறது போலீஸ். அந்த இடத்தில் குண்டு வைத்து நான்கு தீவிரவாதிகளையும் கொன்றுவிடுகிறார் பெயரற்றவர். நீங்கள் யார் என்று போலீஸ் கேட்கும் போது "போலீஸைக் கண்டால் பயப்படக்கூடிய ஒரு சாமானிய மனிதன்" என்கிறார். "ஏன் இப்படிச் செய்தீர்கள்? உங்கள் உறவினர் யாராவது தீவிரவாதிகளால் கொல்லப்பட்டார்களா?" என்று கேட்கிறது போலீஸ்.

அதற்கு அந்த சாமானிய மனிதன் சொல்லும் பதிலைக் கேட்டு வட இந்தியாவே ஆரவாரித்துக் கொண்டிருக்கிறது. ஏனென்றால்,

இன்றைய சராசரி மனிதனின் நிலைப்பாடு அதுதான். யாருக்கும் யாருக்கும் சண்டை நடந்து கொண்டிருக்கிறது? வீட்டிலிருந்து கிளம்பினால் உயிரோடு திரும்பி வருவோமா என்ற நிச்சயமில்லை. மார்க்கெட்டில் ஒரு கடைக்குப் பெயர் வைக்கக்கூட பயமாக இருக்கிறது. நான் முஸ்லீமா, இந்துவா என்று கேட்கிறீர்கள். I am a stupid common man. தீவிரவாதத்தை ஒடுக்குவதில் அரசாங்கம் தோற்றுவிட்டது. உங்களால் இவர்களை எதுவுமே செய்ய முடியவில்லை. ஆனால் பயங்கரவாதிகளோ கொசுக்களைப் போல் புறப்பட்டுக் கொண்டேயிருக்கிறார்கள்? எப்படி வெடிகுண்டு தயாரிப்பது என்று சொல்லித்தர 200 இணைய தளங்கள் இருப்பது உங்களுக்குத் தெரியுமா? வெறும் சோப்புக்கட்டியை வைத்துக்கொண்டு 100 பேரைக் கொல்லும் வெடிகுண்டைத் தயாரித்து விட முடியும் என்றாவது உங்களுக்குத் தெரியுமா?

சுதந்திர தினத்தன்று பெற்றோர் குழந்தைகளைப் பள்ளிக்கு அனுப்பவே பயப்படுகிறார்கள். மல்ட்டிப்ளெக்ஸ்களில் சினிமாவுக்குப் போகவே அச்சமாக இருக்கிறது. பொதுமக்கள் கூடும் எல்லா இடங்களிலும் நின்று கொண்டிருக்கும் பாதுகாப்பு அதிகாரிகள் உங்கள் உடைகளையும் உடைமைகளையும் பரிசோதித்த பின்னரே உங்களை உள்ளே அனுமதிக்கிறார்கள். அப்படியும் எல்லா இடங்களிலும் குண்டுகள் வெடித்து மக்கள் மாமிசப் பிண்டங்களாய் சிதறிக்கொண்டிருக்கிறார்கள். இந்தியப் பொதுஜனமே எப்போது குண்டு வெடித்துச் சாவோமோ என்ற பீதியில் வாழ்ந்து கொண்டிருக்கிறது. ஆளும் வர்க்கமோ பெரும் பாதுகாப்புப் படையை தம்மைச் சுற்றி வைத்துக் கொண்டு தங்கள் இன்னுயிரைக் காப்பாற்றிக் கொள்கிறது. தீவிரவாதிகள் சிக்கினாலும் அவர்களை உடனடியாகத் தண்டிக்கும் அளவுக்கு சட்டங்கள் இல்லை. இதையெல்லாம் சராசரி மனிதர்களாகிய நாங்கள் எதுவும் செய்யமுடியாமல் சும்மா வேடிக்கை பார்த்துக் கொண்டிருக்கிறோம். We are resilient by force not by choice. இந்த நான்கு பேரை மட்டும் ஏன் கொன்றேன் என்று கேட்கிறீர்கள். லாட்டரி போட்டுக் குலுக்கினேன். இந்த நான்கு பேரின் பெயர்கள் வந்தன. தினமும் ரொட்டிக்கு அலைந்து கொண்டிருக்கும் போது வீட்டைச் சுத்தம் செய்ய எங்கே நேரம் இருக்கிறது?

எல்லாமே நமக்குப் பழகிப் போய்விடுகிறது. போகப் போக இந்த வெடிகுண்டுகளும் நமக்குப் பழகிவிட்டன. உன் குடும்பத்தில் யாரும் செத்துவிட்டார்களா என்று கேட்கிறீர்கள்... அப்படிச் சாகும்வரை நான் காத்திருக்க வேண்டுமா என்ன?

இவ்வளவு பிரச்சினைகளையும் பார்வையாளர்களிடம் நேரடியாகப் பேசுகிறது ஒரு புதன்கிழமை.

நான்கு தீவிரவாதிகளையும் குண்டு வைத்துக் கொல்லும் அந்த சாமானிய மனிதன் அதற்கான காரணத்தைக் கூறுகிறான். “தினந்தோறும் புறநகர் ரயிலில் பயணம் செய்து அலுவலகம் சென்று வருபவன் நான். என்னோடு அந்த ரயிலில் அந்த நேரத்தில் பயணம் செய்யும் அனைவருடனும் எனக்கு ஒருவித நட்பு இருக்கிறது. அவர்களின் பெயர் எனக்குத் தெரியாது. அவர்களில் ஒரு இளைஞன் தினமும் என்னைப் பார்த்து புன்முறுவல் செய்வான். ஒருநாள் தன் கையிலிருந்த மோதிரத்தைக் காண்பித்துத் தனக்கு நிச்சயம் ஆகியிருக்கிறது என்று சைகையிலேயே சொன்னான். நான் வாழ்த்துச் சொன்னேன். இந்தத் தீவிரவாதிகள் அந்த ரயிலுக்குக் குண்டு வைத்தார்கள். அன்றைய தினம் நான் தாமதமாகச் சென்றதால் பிழைத்துக்கொண்டேன். அந்த இளைஞன் இறந்து போனான்...”

ஒரு புதன்கிழமை படத்தின் கதை சொல்லல் முறையைப் பொறுத்தவரை இதை ஒரு Trend setter என்று சொல்லலாம். சமீபத்திய சில தமிழ்ப் படங்களை வெகுவாகப் பாராட்டி எழுதிய போது அப்படங்களின் ஒளிப்பதிவு, படத்தொகுப்பு (எடிட்டிங்), இசை மூன்றும் சாதாரணமாக இருப்பதாக எழுதியிருக்கிறேன். ஆனால் ஒரு புதன்கிழமையில் இந்த மூன்று விஷயங்களும்தான் படத்தையே வேறோர் தளத்துக்கு எடுத்துச் செல்வதாக இருக்கின்றன. மரியோ பர்கஸ் யோசாவின் (Mario Vargas Llosa) நாவல்களில் இந்த நான்லீனியர் கதை சொல்லும் முறை கையாளப்பட்டிருப்பதைக் காணலாம். ஒரு காட்சியில் ஒரு போலீஸ் இன்ஸ்பெக்டர் ஊருக்குச் செல்லும் தன் மனைவியை வழி அனுப்பி வைக்கிறான். அடுத்த காட்சியில் ஒரு இன்ஸ்பெக்டர் ஒரு குற்றவாளியை பயங்கரமாக அடித்துக் கொண்டிருக்கிறான். இப்படிக் காட்சிகள் சம்பந்தா சம்பந்தமில்லாமல் ஒன்றுக்கொன்று

சற்றும் தொடர்பேயில்லாத வகையில் சடார் சடாரென்று மாறிக் கொண்டேயிருக்கின்றன. ஆனால் கடைசியில் இவை எல்லாமே ஒரு கோட்டில் இணையும்போது புதிர் முடிச்சுகள் அவிழ்கின்றன.

சமயத்தில் வசனத்துக்கு வசனம் கூட காட்சிகள் மாறுகின்றன.

கமிஷனர் ரதோரிடம் "எப்படியாவது என்னை அந்த தாதாக்களிடம்மிருந்து காப்பாற்றி விடுங்கள் சார். 25 லட்சம் கொடுக்காவிட்டால் என்னைக் கொன்றுவிடுவோம் என்று மிரட்டுகிறார்கள்" என்று கைகள் நடுங்கக் கூறுகிறான் ஒரு சினிமா ஹீரோ. அடுத்த வசனம் "வெடிகுண்டை யாரிடம் கொடுத்தாய்?" என்று கேட்கப்படும்போது "அவர் முகவரி எனக்குத் தெரியாது" என்று சொல்லிக் கொண்டிருக்கும் ஒருவன், நாம் ஆரம்பக் காட்சியில் பார்த்த அந்த என்கௌண்டர் போலீஸைப் பார்த்தவுடன் நிஜாரிலேயே மூத்திரம் இருந்தபடி முகவரியை ஒப்பிக்கிறான். இப்படி வசனமே மாறி மாறி வெட்டிக் கொண்டு போகிறது. ஒரு காட்சி, அதற்கடுத்த காட்சி என்று போகாமல் ஒரு வசனத்தின் தொடர்ச்சியாக அடுத்த காட்சியில் வேறொரு பாத்திரம் பேசும் வேறொரு வசனம் வருகிறது. படத்தை ஒரு படுபயங்கரமான திரில்லர் என்ற நிலைக்கு எடுத்துச் செல்லவும், பார்வையாளர்களின் கவனம் ஒரு நொடி கூட வேறு திசையில் திரும்பாமல் இருக்கவும் இந்த நான்–லீனியர் கதை சொல்லல் முறை உதவியிருக்கிறது.

இவ்வகையான நான்–லீனியர் கதை சொல்லும் முறைக்கு இணையாக, படத்தின் ஓட்டம் தீவிர கதியில் இயங்குவதற்குத் துணையாக இருக்கிறது ஒளிப்பதிவும், இசையும்.

Rock on: இந்த வரிசையில் மூன்றாவது. இந்தியாவில் அவ்வளவாகப் பிரபலமாகாத ராக் இசை பற்றிய படம். இயக்கம்: அபிஷேக் கபூர். இவரது முந்தைய படம் ஆர்யாவும் இதே போல் இந்தியாவில் பிரபலமில்லாத விளையாட்டான குத்துச் சண்டை பற்றியதுதான். படம் எதைப் பற்றியதாக இருந்தாலும் அதைச் சொல்லும் முறைதான் படத்தை வெற்றிகரமாகப் பார்வையாளர்களிடம் எடுத்துச் செல்கிறது என்பதை ராக்

ஆன் மூலம் நிரூபித்திருக்கிறார் இயக்குனர் அபிஷேக் கபூர். அபிஷேக் கபூரைப் போலவே இந்தப் படத்தில் சம்பந்தப்பட்ட மற்றொருவரையும் குறிப்பிட்டுச் சொல்ல வேண்டும். அவர் இப்படத்தின் தயாரிப்பாளரான ஃபரான் அக்தர். இந்த ஃபரான் அக்தர்தான் ஜனரஞ்சக சினிமாவின் போக்கை மாற்றியமைத்த தில் சாத்தா ஹை (2001) என்ற படத்தை இயக்கியவர்.

மேஜிக் என்ற ராக் குழுவைச் சேர்ந்த நான்கு இளைஞர்கள் ஆதித்யா, ஜோ, ராப் மற்றும் கே.டி. இதில் ஆதித்யாவாக நடித்திருப்பவர் ஃபரான் அக்தர். ஜோவாக வருபவர் அர்ஜுன் ராம்பால். இந்த நண்பர்கள் சில கருத்து வேற்றுமைகளால் பிரிந்து விடுகிறார்கள். அந்தப் பிரிவு அவர்களை உணர்வு ரீதியாக வெகுவாக பாதித்துவிடுவதால் அவர்கள் அதற்கு மேல் சந்தித்துக் கொள்வதேயில்லை. பத்து ஆண்டுகள் கடந்து செல்கின்றன. ஆதித்யா பெரும் பணக்காரனாகி விடுகிறான். ஜோவுக்கு இசையைத் தவிர வேறு எதுவும் தெரியாது என்பதால் அவனுடைய வாழ்க்கை வறுமையில் கழிகிறது. அவன் மனைவி மீன் விற்றுப் பிழைக்கிறாள்.

முக்கியமாக, அந்த நால்வருமே இசையையும் தங்கள் வாழ்வி லிருந்து ஒதுக்கி வைத்துவிடுகிறார்கள். ஆதியின் மனைவிக்குத் தன் கணவன் ஒரு ராக் பாடகன் என்ற விஷயமே தெரிந்திருக்கவில்லை. எதேச்சையாக அவளுக்கு அவ்விஷயம் தெரியவர, அவளுடைய முயற்சியால் அவர்கள் மீண்டும் சந்தித்து, மன வேறுபாடுகள் நீங்கி, மறுபடியும் தங்களுடைய ராக் குழுவைப் புதுப்பிக்கிறார்கள்.

ராக் இசை பற்றிய படம் போல் இது தோன்றினாலும் உண்மையில் இது மனித உறவுகளைப் பற்றியும், அதிலுள்ள சிடுக்குகளைப் பற்றியும் பேசுகின்ற படம். ஃபரான் அக்தர் இதில் ஆதித்யா என்ற பாடகனாக நடிக்க மட்டும் செய்யாமல், நிஜமாகவே பாடியும் இருக்கிறார். பிரபலமான உருதுக் கவிஞரும், இந்தித் திரைப்படப் பாடலாசிரியருமான ஜவேத் அக்தரின் புதல்வரே ஃபரான் அக்தர். இவருக்குப் பிடித்த ராக் குழுக்கள் என்று இவர் கூறுவது : Pink Floyd, Led Zeppelin, The Beatles. இந்த அளவுக்கு ராக் இசையில் ஊறித் திளைத்ததால்தான் இவரால் இவ்வளவு சிறப்பாக இந்தப் பாத்திரத்தில் நடிக்கவும், பாடவும் முடிந்திருக்கிறது.

ஓம் ஷாந்தி ஓம் படத்தில் வில்லனாக நடித்த அர்ஜுன் ராம்பால்தான் இதில் ஜோவாக வருகிறார். கிட்டத்தட்ட நாநா படேகர் அளவுக்குத் திறமையான நடிகராக உருவாகி வருகிறார் அர்ஜுன்.

ராக் ஆன் என்ற இந்தப் படத்திற்கு இசையமைத்திருப்பவர்கள் ஷங்கர் - எஹ்சான் - லாய். இசையைப் பிரதானமாகக் கொண்ட படங்களில், இசை அவ்வளவு தரமாக இல்லாமல் போவதென்பது பல படங்களில் நடக்கும் விபத்து. பொதுவாக இசை வெற்றிகரமாக அமைய வேண்டுமானால் தாளமும், ஹார்மனியும் ஒத்திசைய வேண்டும். ராக் ஆனில் தாளம் சிறப்பாக அமைந்திருக்க, ஹார்மனி படுத்து விட்டது. அது போக, பாடல் வரிகளும் மிகச் சாதாரணமாக எழுதப்பட்டிருக்கின்றன. (உ-ம்: படத்தின் பிரதான பாடல் ஒன்றின் வரிகள்: மேரி லாண்டரி காரக் ஷர்ட், ஏக் லட்கி கா போன் நம்பர்...) சிறந்த முறையில் எடுக்கப் பட்டிருக்கும் இப்படத்தின் முக்கியமான பலவீனம் இதன் இசை.

தாளமும் ஹார்மனியும் சரியான அளவில் ஒத்திசைவு கொண்ட Nightwish என்ற ஒரு ராக் குழு இன்று உலக அளவில் பிரபலமாகி யிருக்கிறது. அது பற்றி பிறகு எப்போதாவது பார்ப்போம்.

தமிழ் சினிமாவில் கார்த்திக் ராஜாவிடம் ஹார்மனி இருந்தது. தாளம் இல்லை. அதனால்தான் அவர் சோபிக்காமல் போனார். யுவன் ஷங்கர் ராஜாவிடம் இரண்டும் சரியான அளவில் இணைந்திருந்தது. அதுதான் அவரது வெற்றிக்கும் காரணம். ஆனால் இப்போது சமீபகாலமாக அந்த ஒத்திசைவு அவரிடம் குறைந்து விட்டது தெரிகிறது (உ-ம்: சரோஜா)

அடுத்த படம், *லாஸ்ட் லியர்*. ரிதுபர்னோ கோஷ் இயக்கிய இப்படத்தில் அமிதாப்பச்சன், ப்ரீத்தி ஸிந்த்தா மற்றும் அர்ஜுன் ராம்பால் முக்கிய பாத்திரங்களில் நடித்திருக்கின்றனர். உத்பல் தத் வங்காளத்தில் எழுதிய *ஆஜ்கர் ஷாஜகான்* (இன்றைய சக்ரவர்த்தி) என்ற நாடகத்தைத் தழுவி எடுக்கப்பட்ட படம் இது.

ஹரிஷ் மிஸ்ரா (அமிதாப்) ஒரு பழைய நாடக நடிகர். ஷேக்ஸ்பியர் நாடகங்களில் நடித்துப் பெயர் பெற்றவர். அவரிடம் ஒரு

பேட்டி எடுக்க வருகிறான் கௌதம் என்ற பத்திரிகையாளன். பேச்சின் இடையே Puck and Oberon பற்றி ஏதோ குறிப்பிடுகிறார் ஹரிஷ். ஓபரான் என்றால் ஏதோ சலவை சோப் என்று நினைத்துக்கொண்டு பேசும் அந்தப் பத்திரிகையாளனை அடித்துத் துரத்திவிடுகிறார் ஹரிஷ். இரண்டு பேரும் பேசிக்கொண்டது என்னவோ ஆங்கிலத்தில்தான். இருந்தாலும் இரண்டு வெவ்வேறு கலாச்சாரச் சூழலைச் சேர்ந்தவர்களாயிருக்கிறார்கள் அவர்கள். *Midsummer Night's Dream* நாடகத்தில் வரும் Fairies பற்றிக் கூடத் தெரியாமல் தன்னைப் பேட்டி எடுக்க வரும் அந்தப் பத்திரிகையாளனை அடித்துத் துரத்தியதில் என்ன தவறு? (அந்த நாடகத்தில் Puck காதலர்களைப் பற்றிக் கூறும் "Lord, What fools these mortals be!" என்ற வசனம் மிகவும் பிரபலமான ஒன்று.)

ஹரீஷால் துரத்தப்பட்ட கௌதமின் நண்பன் சித்தார்த் (அர்ஜுன் ராம்பால்) ஒரு திரைப்பட இயக்குனர். அவனிடம் ஹரீஷ் பற்றிக் கூறுகிறான் கௌதம். இதைக் கேட்டு ஹரீஷைச் சந்தித்து அவரைத் தனது சினிமாவில் நடிக்கும்படி கேட்கிறான் சித்தார்த். ஆனால் சினிமா பற்றியும், இன்றைய நவீன கால மதிப்பீடுகள் பற்றியும் அதிருப்தி கொண்டிருப்பவர் ஹரீஷ். கடைசியில் ஷேக்ஸ்பியர் குறித்த சித்தார்த்தின் ஆழ்ந்த ஈடுபாட்டைக் கண்டு சினிமாவில் நடிக்க ஒப்புக்கொள்கிறார்.

இந்தப் படத்திலும் நான்-லீனியர் முறையிலேயே கதை சொல்லப்படுகிறது. ஹரீஷுடன் தான் நடித்த தெ மாஸ்க் என்ற படத்தின் முதல் காட்சிக்குப் போகாமல் 'கோமா' நிலையில் படுத்துக் கிடக்கும் ஹாரியின் வீட்டுக்கு வருகிறாள் ஷப்னம் (ப்ரீத்தி ஸிந்த்தா). (ஹரிஷ் தன்னை ஹாரி என்றே அழைக்குமாறு சொல்லியிருக்கிறார்). அது ஒரு தீபாவளி இரவு. ஹாரியின் மனைவி வந்தனா தன் கணவனை நினைத்து அழுது கொண்டிருக்கிறாள். ஹாரியைக் கவனித்துக் கொண்டிருக்கும் செவிலிப் பெண் இவி தன் வேலை முடிந்து கிளம்புவதற்குத் தயாராக இருக்கிறாள். இவியை அவளுடைய காதலன் வந்து அழைத்துச் செல்வதாக வாக்களித்திருக்கிறான். ஷப்னம், வந்தனா, இவி என்ற மூன்று பெண்களும் அந்தத் தீபாவளி இரவில் பேசிக் கொண்டிருப்பதுதான் கதை.

இவியின் காதலன் ஒரு ஏமாற்றுக்காரன். அந்த இரவில் அவன் அவளைத் தேடி வருவதேயில்லை. அவனோடு தான் அனுபவித்த கொடுமைகள் பற்றி ஷப்னத்துடன் பகிர்ந்து கொள்கிறாள் இவி. இரவுப் பணியை முடித்துவிட்டு வரும் போதெல்லாம் அசிங்கமாகத் திட்டும் அவனைப் பற்றி அவள் சொல்லும்போது தன்னையும் ஹாரியையும் இணைத்து அசிங்கமாகப் பேசும் தன் கணவனையும், சந்தோஷமே இல்லாத தனது இல்வாழ்க்கையையும் நினைவு கூர்கிறாள் ஷப்னம். சமூகத்தின் வெவ்வேறு படிநிலைகளில் இருந்தாலும் இரண்டு பேருடைய வாழ்க்கையும் ஒரே மாதிரியாக இருப்பதை உணர்கிறாள்.

ஒருமுறை ஹாரியுடன் நடிக்கும் போது அவளுக்கு நடிப்புக் கற்றுத் தருகிறார் அவர். மலைகள் சூழ்ந்த பிரதேசம் அது (உத்தராஞ்சல்). அடிவயிற்றிலிருந்து எழும்பும் ஹாரியின் குரல் மலைகள் எங்கும் எதிரொலிக்கிறது. ஆனால் ஷப்னத்தின் குரலோ வெறும் தொண்டையிலிருந்து வருகிறது. மீண்டும் மீண்டும் கற்பிக்கிறார். கடைசியில் அவளுடைய குரலும் அடிவயிற்றிலிருந்து எழும்பி மலைகளில் தெறித்து எதிரொலிக்கும்போது அவளது பாவனைகள் உடைந்து அழுகிறாள். படத்தின் முக்கியமான காட்சிகளில் ஒன்று அது.

மாஸ்க் படத்தின் இறுதிக் காட்சியில் கதாநாயகன் மலையிலிருந்து குதித்துத் தற்கொலை செய்து கொள்ள வேண்டும். “அந்தக் காட்சியில் நடிக்க வேறு ஆள் போட்டுக் கொள்ளலாம்” என்கிறான் இயக்குனர் சித்தார்த். காலங்காலமாக ஷேக்ஸ்பியரின் பாத்திரங்களில் நடித்து அந்தப் பாத்திரங்களாகவே வாழ்ந்து கொண்டிருக்கும் ஹாரியால் அப்படி ஒரு விஷயத்தைப் புரிந்து கொள்ளவே முடியவில்லை. “சினிமா வேறு, நாடகம் வேறு” என்கிறான் சித்தார்த். அன்றைய இரவு வோட்கா அருந்திவிட்டு, படத்தின் இறுதிக் காட்சியில் தன்னையே நடிக்கச் செய்யும்படி சித்தார்த்தின் முன்னே அவனது கால்களில் விழுவது போல் தரையில் மண்டியிட்டுக் கெஞ்சும் போது அமிதாப் நடிப்பின் உச்சத்தைத் தொடுகிறார்.

கடைசியில் ஹாரி என்ற அந்தப் பழம் பெரும் நடிகனின் வேண்டுகோளை ஏற்றுக் கொள்கிறான் சித்தார்த். இறுதிக்

காட்சி எந்தப் பிரச்சினையும் இல்லாமல் எடுக்கப்படுகிறது. ஆனால் அந்தக் காட்சியைப் போட்டுப் பார்க்கும் போது உதவி இயக்குனர் செய்த ஒரு பிழையால் காட்சி சரியாக வராதது தெரியவந்து மீண்டும் அதே காட்சியை எடுக்க வேண்டியிருக்கிறது. ஆனால் அந்தக் கடைசி நிமிடத்தில்தான் ஹாரிக்குச் செய்ய வேண்டிய பாதுகாப்பு ஏற்பாட்டில் குறை இருப்பது தெரிந்து படப்பிடிப்பை ரத்து செய்யச் சொல்கிறாள் ஷப்னம். "ஒரு படைப்பாளிக்கு மனித உயிரை விட கலைதான் முக்கியம்" என்று கத்துகிறான் சித்தார்த். ஒளிப்பதிவாளனும் தன்னால் இந்தக் காட்சியை எடுக்க முடியாது என்று நகர்ந்துவிடுவதால், சித்தார்த்தே அந்தக் காட்சியைப் பதிவு செய்கிறான்.

எதிர்பார்த்தபடியே கீழே விழுந்து விபத்தில் சிக்கிக் கொள்கிறார் ஹாரி. இங்கிருந்துதான் *லாஸ்ட் லியர்* படம் துவங்குகிறது. ஹாரி கோமாவில் கிடக்கிறார். நினைவு திரும்பும் என்ற நம்பிக்கை இல்லை. அந்த நிலையில் ஷப்னம் ஹாரியிடம் சென்று ஷேக்ஸ்பியரின் வசனங்களை உணர்வுபூர்வமாகச் சொல்கிறாள். ஷேக்ஸ்பியரை ஷப்னத்தின் குரல் வழியே கேட்டுக் கொஞ்சம் கொஞ்சமாக அவருக்கு நினைவு திரும்புகிறது. அவரும் அந்த வசனத்தை அவளுடன் சேர்ந்து சொல்லத் துவங்குகிறார். தன்னையே அடையாளம் தெரியாமல் கிடந்த தன் கணவனின் குரலைக் கேட்டு ஆச்சரியத்தில் உறைகிறாள் வந்தனா.

நான் பார்த்த இந்தியப் படங்களிலேயே மிகச் சிறந்த படம் என்று *கடைசி லியரைச்* சொல்லுவேன். 70 வயதான ஒருவனுக்கும், 25 வயதுப் பெண் ஒருத்திக்கும் இடையே ஏற்படும் காதல் என்பதால் அல்ல; நடிப்பு, ஒளிப்பதிவு, படத்தொகுப்பு, திரைக்கதை, இசை என்று எல்லாமும் சேர்ந்து இந்தப் படத்தை ஒரு மாபெரும் கலைப் படைப்பாக உருவாக்கியிருக்கிறது. அமிதாப் பச்சனும் தனது வாழ்நாளின் மிகச் சிறந்த நடிப்பை வெளிப்படுத்தியிருக்கிறார். ஷேக்ஸ்பியரின் பாத்திரங்களை ஏற்று நடித்தவர்களில் முதன்மையாகக் கருதப்படுபவர் Lawrence Olivier (1907-99). இவர்தான் ஷேக்ஸ்பியரோ என்று இவரைப் பார்த்து வியந்தவர்கள் உண்டு. இவருக்கும் முன்னால் ஷேக்ஸ்பியர் பாத்திரங்களில் நடித்துப் புகழ் பெற்றவர் Charles Laughton (1899-1962). அடுத்து ஜூலியஸ் சீஸரில் மார்க் ஆண்டனியாக நடித்த

மார்லன் ப்ராண்டோ. இவர்கள் அளவுக்கு இந்தப் படத்தின் மூலம் உயர்ந்து நிற்கிறார் அமிதாப். இந்தியாவில் வேறு எந்த நடிகரும் செய்திராத சாதனை இது.

மேலே குறிப்பிட்ட படங்களில் *லாஸ்ட் லியர்* தவிர்த்து மற்றப் படங்களின் மூலமாக நடந்திருக்கும் மிகப் பெரிய மாற்றத்தை அடியொற்றி தமிழிலும் சில படங்கள் வந்து கொண்டிருக்கின்றன. அவற்றில் குறிப்பாக *பொய் சொல்லப் போறோம், சரோஜா* என்ற இரண்டு படங்களைக் குறிப்பிட்டுச் சொல்லலாம். இதில் முதல் படம் *Khosla ka Ghosla* என்ற இந்திப் படத்தையும், இரண்டாவது படம் *Judgment Night* என்ற ஆங்கிலப் படத்தையும் தழுவி எடுக்கப்பட்டவை என்றாலும்கூட, தமிழ் சினிமாவை அடுத்த தளத்துக்கு நகர்த்திச் செல்லும் Trendsetters என்று நிச்சயமாகச் சொல்லலாம். ஒப்பனை, சண்டைக்காட்சி, ஒலிப்பதிவு போன்ற விஷயங்களுக்காகப் பெரும் பணம் செலவழித்து ஹாலிவுட்டிலிருந்து ஆட்களை வரவழைத்து, பெரூ போன்ற தென்னமெரிக்க நாடுகளில் பாடல் காட்சிகளை அமைத்தாலும் அதுபோன்ற மெகா பட்ஜெட் படங்களுக்கான காலகட்டம் முடிந்துவிட்டது என்பதையே இந்தியிலும், தமிழிலும் வந்து வெற்றி பெற்றுக் கொண்டிருக்கும் இதுபோன்ற படங்கள் அறிவிக்கின்றன.

சினிமா ரசனையில் மட்டுமல்லாமல், சினிமாவின் அரசியல் என்ற வகையிலும் நிகழ்ந்திருக்கும் புரட்சிகரமான மாற்றம் இது என்று சொல்லலாம். உதாரணமாக, இந்த இரண்டு படங்களிலும் ஹீரோ, ஹீரோயின் என்று யாரும் கிடையாது. டூயட், வெட்டு குத்து என்று எதுவும் கிடையாது. *பொய் சொல்லப் போறோம்* படத்தில் வரும் பிரதான நடிகர்களில் ஒருவரான சித்தார்த் தமிழ் சினிமாவில் இதுவரை அமெரிக்க மாப்பிள்ளையாக ஓரிரு நிமிடங்கள் வந்து போனவர். *சரோஜா*வில் வரும் அந்த நான்கு இளைஞர்களும் சாதாரணமாக நம் அன்றாட வாழ்வில் சந்திக்கும் சராசரி மனிதர்கள். ஒரு காட்சியில் இந்த நான்கு பேரும் சேர்ந்து ஒரு வில்லனை அடித்து துவம்சம் செய்யப் போகிறார்கள் என்று வழக்கமான நம்முடைய தமிழ் சினிமா ரசனையோடு எதிர்பார்த்தால் அடுத்த காட்சியில்

அந்த நான்கு பேரும் வில்லன்களின் எதிரே மண்டி போட்டு அமர்ந்திருக்கிறார்கள். அந்த நால்வரில் ஒருவனின் தலையில் அவனுக்குப் பக்கத்தில் நாற்காலியில் உட்கார்ந்திருக்கும் ஒரு ரவுடி தண்ணீர் பாட்டிலால் தொடர்ந்து தட்டிக் கொண்டே யிருக்கிறான். நான்கு நண்பர்களில் ஒருவனான கணேஷ் (பிரேம்ஜி) தான் பார்க்கும் பெண்களையெல்லாம் காதலிக்கிறான். காதல் என்றால் இதுவரை தமிழ் சினிமாவில் பார்த்த காதல் அல்ல. எம்ஜியார், ஜெமினி காலத்தில் ஹீரோவும் ஹீரோயினும் மரத்தைச் சுற்றிச் சுற்றி ஓடுவார்கள். ரஜினி காலத்தில் ஹீரோவின் பின்னே இரண்டு டஜன் பெண் டான்ஸர்கள் கையைக் காலை ஆட்ட, ஹீரோயினின் பின்னே இரண்டு டஜன் ஆண் டான்ஸர்கள் கையைக் காலை ஆட்டுவார்கள். இப்போது இவர்கள் ஆல்ப்ஸ் பனி மலைகளில் குறைந்த ஆடைகளுடன் குளிரில் நடுங்கியபடியே ஆடிக் கொண்டிருக்கிறார்கள். இப்படிப் பட்ட அசட்டு ஃபாண்டஸி எல்லாவற்றையும் இயக்குனர்கள் விஜய்யும் (*பொய் சொல்லப் போறோம்*), வெங்கட் பிரபுவும் (*சரோஜா*) அடியோடு மாற்றிப் போட்டுவிட்டார்கள்.

*சரோஜா*வில் முதல் காட்சியில் வரும் பள்ளி மாணவி (வேகா) அந்த முதல் காட்சியிலேயே கடத்தப்படுகிறாள். பிறகு இந்தப் பெண் கடைசிக் காட்சியில் பிரேம்ஜி கோஷ்டியுடன் தப்பித்துப் போகும்போதுதான் தென்படுகிறாள். ஆக, ஹீரோ ஹீரோயின் இல்லாத முதல் தமிழ்ப் படம் என்ற சிறப்பையும் இந்தப் படம் பெறுகிறது. அதிலும் கடத்தல்காரன் சம்பத்தின் காதலியாக வரும் பெண்ணைத் தவிர்த்து விட்டுப் பார்த்தால் இந்தப் படத்தில் பெண்களே இல்லை என்று சொல்லலாம். இதைப் போலவே தான் *பொய் சொல்லப் போறோமி*லும் ஹீரோ, ஹீரோயின் என்று யாரும் வருவதில்லை.

பின்நவீனத்துவ காலகட்டத்தோடுதான் இதை இணைத்துப் பார்க்க வேண்டும் என்று தோன்றுகிறது. இப்படிச் சொன்னால் வெங்கட் பிரபுவோ, பிரேம்ஜியோ பின்நவீனத்துவம் பற்றிப் படித்து, திட்டமிட்டு பின்நவீனத்துவ சினிமாவை உருவாக்கியிருக்கிறார்கள் என்று அர்த்தமல்ல. அப்படிப் படித்துத் திட்டமிட்டு உருவாக்கப்பட்ட இலக்கியமோ, திரைப்படமோ

உயிரற்ற பிண்டமாக வந்து விழுவதையே நாம் பார்த்து வருகிறோம். பின்நவீனத்துவம் என்பது ஒரு sensibility. நிகழ்கால வாழ்வை சுரணையுணர்வோடு எதிர்கொண்டாலே போதும், நம்முடைய படைப்பு அதுவாகவே ஒரு பின்நவீனத்துவ வெளிப்பாடாக அமையும்.

பிரேம்ஜி ஒரு பெண்ணைப் பார்க்கிறார். அவர் மனதில் காதல் மலர்கிறது. எப்படி? அந்தப் பெண்ணைச் சுற்றி ஐந்தாறு வெள்ளையுடை அணிந்த தேவதைகள் பழைய இளையராஜா பாடலைப் பாடிக் கும்மியடிக்கிறார்கள். ஆம், கும்மியடிக்கிறார் கள். அந்த 'தேவதைகள்' பார்ப்பதற்கு அவலட்சணமாக இருக்கிறார்கள் என்பது ஒரு கூடுதல் விசேஷம். தியேட்டரே அல்லோலகல்லோலப்படுகிறது. கடைசிக் காட்சியில், வில்லன்களால் கடத்தப்பட்டு வாயும் கை கால்களும் கட்டிப் போடப்பட்டிருக்கும் பெண்ணைப் பார்த்தும் கூட அந்த 'தேவதைகள்' வழக்கம் போல் வந்து கும்மியடிக்கத் துவங்கும் போது பிரேம்ஜி "சீ, என்ன இது, நேரம் காலம் தெரியாமல்? போங்கடி, போங்கடி" என்று சொல்லி அந்தத் 'தேவதைகளை' விரட்டியடிக்கிறார். மீண்டும் தியேட்டர் அதிர்கிறது. தொலைக் காட்சி சீரியல்கள் பகடி செய்யப்படுவது மற்றொரு உதாரணம்.

இளையராஜாவையும், பாரதிராஜாவையும் இதைவிட யாரும் கிண்டலடிக்க முடியாது என்று சொன்னால் அதைத் தவறான அர்த்தத்தில் படித்துவிடக் கூடாது . ஓம் ஷாந்தி ஓம் படத்தில் எப்படி இதுவரையிலான இந்தி சினிமா பகடி செய்யப்பட்டதோ அந்தப் பாணியில் (Genre) சரோஜாவில் தமிழ் சினிமாவும், சினிமாக் காதலும் பகடி செய்யப்பட்டிருக்கிறது. இதைப் பின் நவீனத்துவத்தில் Self reflexive என்பார்கள். பிரேம்ஜி நேரடியாகவே பார்வையாளர்களிடம் பேசுகிறார்.

தமிழ் சினிமாவின் நகைச்சுவை நடிகர்களைப் பற்றித் தனியாக ஒரு புத்தகமே எழுதலாம். கலைவாணர் என்.எஸ்.கே.யின் குருவான P.D. சம்பந்தத்திடமிருந்து துவங்குகிறது இந்தக் கதை. நாற்பதுகளில் நகைச்சுவை நடிகராக இருந்த எம். என். நம்பியார், காளி என். ரத்தினம், புளிமூட்டை ராமசாமி, T.R. ராமச்சந்திரன், பாலையா, தங்கவேலு, சந்திரபாபு என்று

தொடங்கி நாகேஷ், கவுண்டமணி – செந்தில், வடிவேல், விவேக் என்று நீண்ட பாரம்பரியத்தைக் கொண்டது தமிழ் சினிமா நகைச்சுவை. இவர்களில் தங்கவேலு மட்டுமே கடைசி வரை உயிரோட்டத்துடன் இருந்தவர். நகைச்சுவையில் லெஜண்ட் என்று கருதத்தக்க சந்திரபாபு கூட பெத்தடின் ஊசியால் தனது இயல்பான நடிப்புத் திறமையைக் கடைசிக் காலத்தில் இழந்துவிட்டார். நாகேஷும் ஒரு கிட்டத்துக்கு மேல் நீர்த்துப் போனார். உதாரணமாக, *வசந்த மாளிகையில்* அவருடைய நகைச்சுவை மிகவும் சோர்வூட்டக்கூடியதாக இருந்தது. கமலின் நகைச்சுவை நடிப்பு விசேஷித்துச் சொல்லக்கூடிய தனி ரகம்.

இத்தகைய பின்னணியில் தமிழ் சினிமா நகைச்சுவையை அடுத்த கட்டத்திற்கு எடுத்துச் சென்றிருக்கிறார் பிரேம்ஜி. ஹீரோயினாகப் படத்தில் வரும் பெண்ணின் பெயர் கூட பிரேம்ஜிக்கும் அவரது சகாக்களுக்கும் தெரிவதில்லை. ஒருவன் கேட்கிறான் *"டேய், அவள் பெயர் என்னடா?"*

பிரேம்ஜியின் பதில்: *"இந்த எம்ஜியார் படத்துல வருவாங்களேடா ஒரு ஹீரோயின், அவங்க பேருதான் அவ பேரு..."*

"யாரு பண்டரிபாயா?"

"சீ... இல்லடா..."

"தேவிகா..."

"இல்லடா, வேற என்னமோ வரும்டா..."

இப்படி சினிமாவின் தலைப்பாக வரும் ஹீரோயினின் பெயரே யாருக்கும் தெரியவில்லை. காதலுக்கு உருகிய காலமெல்லாம் மலையேறி விட்டது. இனிமேல் பெயர்களே ஞாபகம் இருக்காது. சினிமா என்பது சினிமாதான். அதுதான் இந்தப் படங்கள் முன்வைக்கும் அரசியல்.

அக்டோபர் 2008

வாரணம் ஆயிரம்

நெஞ்சுக்குள் பெய்திடும் மாமழை
ஓர் இளமைக் கொண்டாட்டம்

கௌதம் வாசுதேவ் மேனனின் *வாரணம் ஆயிரம்* படத்தைச் சற்றுக் கூடுதல் எதிர்பார்ப்புடனேயே சென்று பார்த்தேன். காரணம், இவரது முந்தைய படங்களான *மின்னலே, காக்க காக்க, வேட்டையாடு விளையாடு, பச்சைக்கிளி முத்துச்சரம்* ஆகிய நான்குமே ஜனரஞ்சக சினிமாவில் மிக வித்தியாசமான அனுபவத்தைக் கொடுத்திருந்தன. அதிலும் *பச்சைக்கிளி முத்துச்சரம்* ஏனையவற்றிலும் விசேஷமானது.

எதிர்பார்த்தது போலவே கௌதம் மேனனின் (தமிழ்நாட்டில் சாதிப் பெயர்களை பெயரோடு சேர்த்துக் கொள்ளும் வழக்கமில்லை என்பதைத் தனது படங்களுக்கு அருமையான தலைப்புகளைச் சூட்டும் கௌதம் கவனிக்க வேண்டும்) முந்தைய படங்களை விட கலையம்சமும், சிருஷ்டித்துவமும் கூடிய படம் *வாரணம் ஆயிரம்*.

ஆனால் படத்தின் மிக முக்கியமான குறை, பார்வையாளர்கள் பலரும் உணர்ந்தபடியே இடைவேளையோடு படம் முடிந்துவிடுகிறது. அப்படி முடிந்திருந்தால் போலிஷ் இயக்குனர்

Krzysztof Kieslovskyயின் படத்தைப் பார்த்தது போன்ற ஓர் அபூர்வமான கலா அனுபவத்தைக் கொடுத்திருக்கும். உதாரணமாக, கீஸ்லோவ்ஸ்கியின் *மூன்று வண்ணங்கள்* (சிவப்பு, நீலம், வெள்ளை) என்ற தலைப்பில் அவர் எடுத்த மூன்று வெவ்வேறு காதல் கதைகளைக் கொண்ட படங்கள் ஞாபகத் துக்கு வருகின்றன. ‘சிவப்பு’ கதையை மட்டும் சொல்கிறேன். ஒரு இளம்பெண் காரில் வரும்போது ஒரு நாயின் மீது மோதி விடுகிறாள். நாயின் கழுத்துப்பட்டியிலிருந்து அந்த நாயின் உரிமையாளரின் முகவரியை அறிந்து அங்கே செல்கிறாள். நாயின் உரிமையாளர் ஒரு ஓய்வு பெற்ற நீதிபதி. அவர் தனது தனிமையிலிருந்து விடுபடுவதற்காக அவரது அக்கம்பக்கத்தினர் தொலைபேசியின் மூலம் பேசுவதை ஒட்டுக் கேட்பதை அறிந்து அதிர்ந்து போகிறாள். பிறகு அவளுக்கும் அந்த வயதான நீதிபதிக்கும் ஏற்படும் காதலைச் சொல்கிறது படம்.

கீஸ்லோவ்ஸ்கியின் அந்த மூன்று படங்களுமே ஒவ்வொன்றும் சுமார் ஒன்றரை மணி நேரம் கொண்டவை. அதே போல் கௌதம் மேனனின் *வாரணம் ஆயிரமும்* மூன்று வெவ்வேறு கதையைக் கொண்டதாக இருந்தாலும் அதை ஒரே படமாக மூன்று மணி நேரத்தில் கொடுத்திருப்பதால், இடைவேளை வரை வரும் முதல் கதையின் தீவிரமும் உக்கிரமும் அதற்குப் பிறகு வரும் அடுத்த கதையினால் வலுவிழந்து விடுகிறது; அல்லது, பார்வையாளர்களிடம் ஏற்படுத்திய தாக்கத்தைத் திசை திருப்பி விடுகிறது.

முதல் கதை, சூர்யாவுக்கும் மேக்னாவுக்குமான காதல். சூர்யா ஒரு நடுத்தர வர்க்கத்துக் கல்லூரி மாணவன். படிப்பில் அவ்வளவு ஈடுபாடு இல்லாமல், கிதாரும் இசையுமாக வாழ்பவன். அவன் ஒருநாள் ரயிலில் மேக்னாவைச் சந்திக்கிறான். கண்டதுமே காதல். ஆனால் அதை அவன் தெரிவிக்கும் விதமும் அதன் தொடர்ச்சியான அவர்களுடைய சந்திப்புகளும் இன்றைய இளைஞர்களின் வாழ்வையும், அவர்களது காலகட்டத்தையும் வெகு துல்லியமாய்ப் பிரதிபலிக்கின்றன.

“கண்டதுமே காதலா? என்னைப் பற்றி உனக்கு என்ன தெரியும்? காதல் வர வேண்டுமானால் நாம் ஒருவருக்கொருவர் பழகி,

ஒருவரையொருவர் புரிந்து கொள்ள வேண்டாமா? உனக்கு என்னைப் பார்த்து ஏற்பட்டிருக்கும் உணர்வு காதல் அல்ல; காமம்" என்கிறாள் அவள்.

அதை அப்போது மறுக்கும் சூர்யா, தன்னுடைய காதல் உண்மை என்றும், அவளை நிச்சயம் மீண்டும் சந்திப்பதாகவும் சொல்லிச் செல்கிறான். சொன்னது போலவே அவளைச் சந்திக்கிறான். ஆனால் இப்படி இவன் தன் முன்னே வந்து நிற்பான் என்று அவள் எதிர்பார்க்கவில்லை. அவளோடு பழக ஆர்வமாக இருக்கிறான் சூர்யா. ஆனால் அவளால் அவனோடு ஒரு காஃபி ஷாப்புக்குக்கூட வரமுடியாத நிலை. ஏனென்றால் அவள் மேல் படிப்புக்காக இன்னும் ஒரே வாரத்தில் அமெரிக்கா செல்கிறாள். ஆக, வெறும் இரண்டே சந்திப்புகள். இருந்தாலும் அவள்தான் தன்னுடைய மனுஷி என்பதில் உறுதியாக இருக்கிறான் சூர்யா.

மேக்னாவைப் பார்ப்பதற்காக சூர்யாவும் அமெரிக்கா செல்கிறான். அங்கே அவளுடைய அறையிலேயே மூன்று மாதம் தங்குகிறான். ரயிலில் முதல் சந்திப்பிலேயே தன் காதலை மேக்னாவிடம் தெரிவித்துவிட்ட சூர்யா அவளோடு ஒரு நண்பனைப் போலவே பழகுகிறான்; ஒரு கட்டத்தில் மேக்னாவுக்கும் தான் அவனைக் காதலிப்பதாகத் தோன்றுகிறது. அந்தக் காதலை அவள் அவனிடம் தெரிவிக்கும்போது அதற்குப் பிறகு அவனால் அவளோடு ஒரே அறையில் இயல்பாகத் தங்க முடிவதில்லை .

பிறகு, மேக்னா அமெரிக்காவுக்கு எதிரான தீவிரவாதிகளின் தாக்குதல் ஒன்றில் இறந்து போகிறாள்.

இது ஒரு கதை. காவிய நயத்துடன் கூடிய இந்தக் கதை தமிழ் சினிமாவில் இதுவரை சொல்லப்பட்ட ஆயிரக்கணக்கான காதல் கதைகளில் மிகவும் புதிதானது.

சினிமா என்பது வெறும் கற்பனை, ஃபாண்டஸி என்பதையெல்லாம் மறுத்து வாழ்வோடு மிகவும் நெருக்கமானது என்பதை உணர்த்தும் காதல் கதை வாரணம் ஆயிரம். சமீபத்திய தமிழ் சினிமாவில் ஏற்பட்டிருக்கும் மாற்றத்திற்கேற்ப இந்தக் காதல் கதையின் வசனங்களும் இலக்கிய நயம் பொருந்தியவையாகவே

அமைந்துள்ளன. இதற்குக் காரணம் இயக்குனரின் கலாச்சார நுண்ணுணர்வு.

பொதுவாக தமிழ்ப் படங்களில் காதலன் காதலிக்கு ஒரு பொம்மையைத்தான் பரிசாக அளிப்பது வழக்கம். அப்படியே ஒரு புத்தகத்தைப் பரிசளிப்பதாக இருந்தாலும் அந்தப் புத்தகம் ஒரு பாலகுமாரனின் புத்தகமாகவோ அல்லது ரமணி சந்திரனின் புத்தகமாகவோதான் இருக்கும். ஆனால் இந்தப் படத்திலோ காதலி தன் காதலனுக்கு ஒரு உலகப் புகழ் பெற்ற ஆங்கிலப் புத்தகத்தைப் பரிசளிக்கிறாள். அந்தப் புத்தகம் Richard Bach எழுதிய *Illusions.*

மேக்னாவின் இழப்பினால் போதை மருந்துக்கு அடிமையாகும் சூர்யா பிறகு தன் தந்தையின் அன்பினால் அதிலிருந்து விடுபடுவதும், வேறொரு பெண்ணைக் காதலித்து மணந்து கொள்வதும் மற்ற இரண்டு கதைகள். தமிழில் எனக்குத் தெரிந்து தந்தைக்கும் மகனுக்குமான உறவுப் பிணைப்பை அடிப்படையாகக் கொண்டு வந்த படங்கள் என எதுவும் இருப்பதாகத் தெரியவில்லை. *தேவர் மகனில்* அது ஒரு சிறு கீற்றாக வெளிப்படும் ஆனால் *வாரணம் ஆயிரம்* படத்தில் அதன் ஆதார சுருதியாக, ஒரு பிரதான கதையாகச் சொல்லப்பட்டிருக்கிறது இந்தத் தந்தை மகன் உறவு. ஒரு சிறுவனுக்கு அவனுடைய தந்தையே அவன் பார்க்கும் முதல் ஹீரோவாகவும், அவனுடைய ஆளுமையை உருவாக்கும் ஆதர்ச மனிதனாகவும் விளங்குகிறான். இந்த உறவுப் பிணைப்பை வெகு அற்புதமாகக் காட்சிப்படுத்தியிருக்கிறார் இயக்குனர்.

வாரணம் ஆயிரத்தைக் காண நேரும் ஒவ்வொரு தகப்பனுக்கும், ஒவ்வொரு தனயனுக்கும் மிக நீண்ட காலத்துக்கு இப்படத்தின் தாக்கம் நீடிக்கும் என்று சொல்லலாம். கௌதம் இந்தப் படத்தைத் தனது தந்தைக்கு சமர்ப்பணம் செய்திருக்கிறார். தனது தந்தையுடனான அவரது சொந்த அனுபவமே இந்தக் கதை என்றும் கூறியிருக்கிறார். தமிழில் தனது சொந்த அனுபவத்தை அடிப்படையாக வைத்து சினிமாவை உருவாக்குபவர்கள் அதை வெளிப்படையாகச் சொல்லிக் கொள்வதில்லை. காரணம் எவ்வளவோ இருக்கலாம். ஆண் பெண் உறவை மட்டுமே

நாம் அனுபவம் என்று கருதுவதும் ஒரு காரணம். கௌதம் இவ்வித மனத்தடைகளைத் தாண்டியிருக்கிறார். *வாரணம் ஆயிரம்* மற்றப் படங்களிலிருந்து வேறுபட்டிருப்பதற்குக் காரணம் இது ஒரு personal filmஆக உருவாக்கப்பட்டிருப்பதுதான். சுயசரிதைத்தன்மை கொண்ட ஒரு படைப்பிற்கும், பொதுவாக நாம் கண்டு அனுபவித்த சம்பவங்களைச் சித்தரிப்பதற்கும் வித்தியாசம் இருக்கிறது. இரண்டையும் personal film என்ற வகைப்பாட்டுக்குள் அடக்க முடியாது. *வாரணம் ஆயிரம்* ஒரு பார்வையாளரோடு கொள்ளும் உறவு இந்த வகையில் மிகவும் அந்தரங்கமாக இருக்கிறது.

அந்தரங்கமான அனுபவம் எவ்வளவு தூரம் நம்பகத்தன்மை கொண்டிருக்கிறதோ அந்த அளவுக்கு அது ஒரு கலா சிருஷ்டியாக மேன்மையுறுகிறது. *வாரணம் ஆயிரத்*தில் முதல் பாதியில் இருந்த நம்பகத்தன்மையை இயக்குனரே படத்தின் பிற்பாதியில் காலி செய்துவிடுகிறார். சூர்யா திடீரென்று ராணுவத்தில் சேர்வது, தனது நண்பர் ஒருவரின் குழந்தை கடத்தப்படும்போது அதை ஒரே ஆளாகப் போய் மீட்டு வருவது என்ற இரண்டு விவரணைகளே அவை. இந்தப் படத்தில் வருவது போல் அவ்வளவு சுலபமாக எல்லாம் ராணுவத்தில் சேர்ந்து, அதிலும் 'மேஜர்' அளவுக்கெல்லாம் உயர்ந்துவிட்ட முடியாது. ராணுவத்தில் சேர வயது வரம்பெல்லாம் கிடையாதா? அதிலும் ராணுவத்தில் சேர்ந்தவுடன் போருக்குச் செல்வதெல்லாம் அர்ஜுன் போன்ற தேசபக்தித் திலகங்களின் படத்தில் மட்டுமே பார்க்க முடியும். குழந்தையை மீட்கும் காட்சி ஒரு WWF போலிச் சண்டையைப் பார்ப்பது மாதிரிதான் இருக்கிறது. படத்தின் முதல் பாதியின் அற்புதத்துக்கும் இந்த மசாலா செயற்கைத்தனத்துக்கும் சம்பந்தமே இல்லை.

இந்த இடத்தில் குறிப்பிடப்பட வேண்டிய மற்றொரு விஷயம், குழந்தையைக் கடத்தி மூன்று கோடி ரூபாய் கேட்பவனின் பெயர் ஆஸாத். இவனைத் தேடிச் செல்லும்போது சூர்யா சந்திக்கும் மற்றொரு கிரிமினலின் பெயர் டப்பு மாலிக். இந்த இரண்டு பெயர்களும் ஏதோ சந்தர்ப்பவசமாக வைக்கப்பட்டதல்ல. மிகத் தெளிவாக யோசித்து, திட்டமிட்டு வைக்கப்பட்டுள்ள

பெயர்கள். ஏனென்றால், சூர்யா டப்பு மாலிக்கையும், ஆஸாத்தையும் தேடிச் செல்லும் இடங்கள் புராணா தில்லி என்று அழைக்கப்படும் பழைய தில்லி. இன்னும் வளர்ச்சி அடையாத, அரசாங்கத்தின் கருணைப் பார்வை படாத பகுதி. முஸ்லீம்கள் பெரும்பான்மையாக வாழும் பகுதி. பார்வையாளர் களுக்கு இன்னும் சரியாகப் புரியாமல் போய்விடப் போகிறதே என்ற கவலையில் இயக்குனர் இன்னொரு விஷயத்தையும் சேர்த்திருக்கிறார். அதாவது, சூர்யா மாலிக்கையும், ஆஸாத்தையும் தேடிச் செல்லும்போது பாங்கு வேறு ஒலிக்கிறது. போதுமா?

ஏன் ஐயா, குழந்தைகளைக் கடத்துபவர்கள் முஸ்லீம்களாகத்தான் இருக்க வேண்டுமா? ஏற்கனவே கௌதம் மேனனின் *வேட்டை யாடு விளையாடு* படத்தில் வரும் இரண்டு ஹோமோசெக்ஷுவல்கள் குழந்தைகளைக் கற்பழிக்கிறார்கள்; கொலை செய்கிறார்கள். ஹோமோசெக்ஷுவல் என்றால் இப்படித்தான் கிரிமினலாக இருப்பான் என்ற பொதுப்புத்தியே இந்த இடத்தில் செயல்பட்டிருக்கிறது. அது போதாது என்று அந்த இரண்டு கிரிமினல்களின் பெயர் அமுதன், இளமாறன். அதாவது, இழந்து போன தமிழ் அடையாளத்தைப் பற்றிப் பேசுபவர்கள் இப்படித்தான் இருப்பார்கள் என்ற பொதுப் புத்தி.

பொதுவாகவே, சட்டத்துக்குப் புறம்பான குற்றச்செயல்களைப் புரிபவர்கள் சமூகத்தால் புறக்கணிக்கப்பட்டவர்களாகவும், தலித்துகளாகவும், முஸ்லீம்களாகவும், விளிம்புநிலை மக்களா கவுமே ஜனரஞ்சக ஊடகங்களில் சித்தரிக்கப்பட்டு வருகிறார்கள். இது ஏற்கனவே ஒடுக்கப்பட்ட நிலையில் வாழும் மக்களின் மீது தொடுக்கப்படும் அதிக பட்சமான கருத்தியல் வன்முறையாகும். உடனடியாக இந்தப் படத்திலிருந்து இப்பகுதிகள் நீக்கப்படுவதற்கு நடவடிக்கை மேற்கொள்ளப்பட வேண்டும்.

படத்தின் மிக மோசமான அம்சம், சூர்யாவின் அப்பா கிருஷ்ணனும் மாலினியும் (சிம்ரன்) கல்லூரி மாணவர்களாகச் சந்தித்துக் கொள்வதும், காதலிப்பதுமான காட்சிகள்தான். இந்தக் காட்சியில் பார்வையாளர்கள் வாய் விட்டுச் சிரிப்பதைக் காண முடிந்தது. காரணம், இந்தக் காட்சியில் சிம்ரன் சூர்யாவுக்கு

அக்கா மாதிரியோ, அம்மா மாதிரியோகூட இல்லை; பாட்டி மாதிரி இருக்கிறார். ஒரு பாட்டியும் இளைஞனும் காதலித்தால் சிரிப்புதானே வரும்? பார்க்கவே சகிக்க முடியாத காட்சி இது. உதாரணமாக, நூலகத்தில் சந்தித்துக்கொள்வது. ஆனால் சூர்யா பள்ளிக்கூட மாணவனாக வரும்போது வெகு இயல்பாக இருக்கிறார். அவருடைய கடுமையான உழைப்புக்கு (உபவாசத்துக்கு) ஒரு பாராட்டு. தவிரவும் நடிப்பில் சூர்யா இந்தப் படத்தில் உச்சங்களைத் தொட்டிருக்கிறார். பள்ளி மாணவனாகவும், பிறகு மேக்னா இறந்தவுடன் போதை மருந்து அடிமையாகவும் அவரது நடிப்பு தமிழ் சினிமாவில் நீண்ட காலத்துக்கு நினைவில் இருக்கும்.

படத்தின் விசேஷமான அம்சங்களில் ஒன்று, இதன் வசனம் என்று குறிப்பிட்டேன். ஆனால் அந்த வசனங்களெல்லாம் ஆங்கிலத்தில் வருகின்றன. சூர்யா மேக்னாவிடம் கூறுகிறான்: "I will come into your life and sweep you off your feet." *வாரணம் ஆயிரம்* என்று பெயர் வைத்தவருக்கு இந்த அருமையான வாசகத்தைத் தமிழில் எப்படிச் சொல்லலாம் என்றா தெரியாமல் போய்விட்டது? என்னதான் கௌதமின் சுயசரிதைத்தன்மை கொண்ட படமாக இருந்தாலும் அவரைப் போலவே அவரது கதாபாத்திரங்களும் ஆங்கிலத்திலேயே பேசிக்கொள்ள வேண்டுமா என்ன? சூர்யாவின் அப்பா கிருஷ்ணன் ஒரு மத்திய அரசாங்க ஊழியர். அவர் தன் மகனுக்கு ஆங்கிலத்தில்தான் கடிதம் எழுதுவாரா? மூகாம்பிகை எஞ்சினியரிங் கல்லூரியில் படிக்கும் ஒருவன் அதிலும் 'அரியர்ஸ்' வைத்திருப்பவன் - அப்படி ஒரு மேல்தட்டு வர்க்கத்தைச் சேர்ந்தவனைப் போலவா ஆங்கிலம் பேசுவான்?

வாரணம் ஆயிரத்தைப் பற்றி விசேஷமாகக் குறிப்பிட வேண்டிய மற்றொரு விஷயம்: இதன் இசையும் பாடல்களும்.

இன்றைய தமிழ் சினிமாப் பாடல்கள் மிகவும் சீரழிந்த நிலையில் இருந்து வருகின்றன. வெறும் ஐம்பது வார்த்தைகளை மட்டுமே வைத்துக்கொண்டு ஜிம்கா வேலை செய்துகொண்டிருக்கிறார்கள் சினிமா பாடல் ஆசிரியர்கள். இசையோ உலகத் தரம். அதன் பாடல் வரிகளோ குப்பை. இதுதான் இன்றைய தமிழ்

சினிமாப் பாடல்களின் நிலை. ஆனால் *வாரணம் ஆயிரத்தில்* இசையும் பாடல்களும் தமிழ் சினிமா இசையில் மீண்டும் ஒரு மறுமலர்ச்சிக்கு வித்திட்டிருக்கின்றன. தாமரையின் பாடல் வரிகளில் கவித்துவம் கொஞ்சுகிறது. குறிப்பாக, நெஞ்சுக்குள் பெய்திடும் மாமழை, முன்தினம். கண்ணதாசன், வைரமுத்து இருவருக்கும் அடுத்தபடியாக அந்த இடம் வெற்றிடமாகவே இருந்தது. அந்த இடம் தாமரைக்குக் கிடைத்துவிட்டது என்று சொல்லலாம். ஹாரிஸ் ஜெயராஜ்: பாராட்ட வார்த்தைகளே இல்லை. தனது இசையால் இளைஞர்களைப் பைத்தியம் பிடிக்கச் செய்துவிட்டார்.

இந்தப் படத்தின் பாடல் ஆல்பம் உலகின் சிறந்த பாப் இசை ஆல்பங்களுக்கு ஈடானது. அதிலும் அந்த *அடியே கொல்லுதே* என்ற பாடல்... தமிழில் இப்படி வருவது அபூர்வம். இந்தப் பாடலைப் பாடியிருக்கும் ஷ்ருதி ஹாஸனுக்கு மிகப் பெரிய எதிர்காலம் இருப்பது தெரிகிறது. இவரது குரலில் லெபனானைச் சேர்ந்த அரபிப் பாடகியான Nancy Ajram இடம் உள்ள passion தெரிகிறது. இவர் வெறுமனே தமிழ், இந்தி சினிமாப் பாடல்களுக்குப் பாடுவதோடு நிறுத்திவிடக்கூடாது. அதற்கு மேலும் செல்ல வேண்டும்.

இந்தப் படத்தில் குறிப்பிட்டுச் சொல்ல வேண்டிய மற்றொருவர் இதன் கதாநாயகி ஸமீரா ரெட்டி. இவர் நடித்த முதல் படமான *கால் புருஷ்* வங்காள இயக்குனர் புத்ததேவ் தாஸ் குப்தாவின் இயக்கத்தில் மூன்று ஆண்டுகளுக்கு முன்பு வெளிவந்து உலகத் திரைப்படவிழாக்கள் பலவற்றில் இவரது பாத்திரமும், நடிப்பும் சிலாகிக்கப்பட்டது. இந்தப் படத்திலும் இவரது நடிப்பு தமிழுக்குப் புதிது. ஆனால் விரைவிலேயே தமிழ் சினிமாவின் குத்து டான்ஸுக்கு இடுப்பை ஆட்டும் நடிகையாக மாறி விடாமல் இவர் தன்னைத் தற்காத்துக் கொள்ள வேண்டும்.

மொத்தத்தில் கௌதம் மேனனின் *வாரணம் ஆயிரம்* ஓர் இனிய அனுபவம்.

டிசம்பர் 2008

குழந்தைகளின் சினிமா

குழந்தைகளுக்கான சினிமா மட்டும் அல்ல; குழந்தைகளுக்கான எந்த விஷயமுமே இந்தியாவில் அவர்களுக்கு அளிக்கப்படுவதில்லை. ஒரு கால் நூற்றாண்டுக்கு முன்புகூட குழந்தைகளுக்குக் கதைகள் சொல்ல தாத்தா பாட்டி என்று வீட்டில் ஆட்கள் இருந்தார்கள். இந்தக் கதைகள் அவர்களின் மனநலனையும், மன ஆரோக்கியத்தையும் வளர்த்தன்.

குழந்தைகள் எதிர்கொள்ளும் மிகப் பெரிய பிரச்சினை, காலம். அவர்களுக்குக் கிடைக்கும் அபரிமிதமான நேரத்தை என்ன செய்வது? இது குழந்தைகளுக்கும் புரிவதில்லை. துரதிர்ஷ்ட வசமாக, குழந்தைகளை நல்ல முறையில் வளர்க்க வேண்டிய பொறுப்பில் உள்ள பெற்றோருக்கும் புரியவில்லை. ஆனால் நம்முடைய தாத்தா பாட்டிகளுக்குப் புரிந்திருந்தது. அதனால்தான் அப்போது அவர்கள் குழந்தைகளுக்கு ஏராளமான கதைகளைச் சொன்னார்கள்.

இப்போது காலமும் சூழலும் மாறிவிட்டன. தாத்தா பாட்டிகளை முதியோர் இல்லத்துக்கு அனுப்பி விட்டோம். குழந்தைகளைக் காப்பகங்களுக்கு அனுப்பிவிட்டு தாய் தந்தை இருவருமே அலுவலகம் செல்கிறார்கள். மிருகங்கள் கூட தங்கள் குழந்தைகளைப் பராமரிக்கின்றன. ஆனால் மனிதர்களுக்கு அந்த அக்கறை இல்லை.

தங்கள் குழந்தைகளின் எதிர்கால முன்னேற்றத்துக்காக – அதாவது, பணம் சம்பாதிப்பதற்காக - அக்குழந்தை தாயின் கருவில் இருக்கும்போதே நல்ல உயர்தர பள்ளிகளில் முன்பதிவு செய்து விடும் பெற்றோர் அக்குழந்தைகளின் மனநலன் பற்றி அக்கறையே எடுத்துக்கொள்வதில்லை. இத்தகைய பெற்றோர்தான் அதே பள்ளிகளில் தங்கள் குழந்தைகள் 'கல்யாணம்தான் கட்டிக்கிட்டு ஓடிப் போலாமா, இல்லே ஓடிப் போயி கல்யாணம்தான் கட்டிக்கலாமா?' என்ற இலக்கிய நயம் பொருந்திய பாடலைப் பாடி, இடுப்பை அசைத்து தங்கள் குழந்தைகள் நடனம் ஆடும் போது கை தட்டி ரசிக்கிறார்கள்.

குழந்தைகள் நல்லபடியாக வளர்க்கப்பட்டால் மட்டுமே குற்றங்கள் இல்லாத சமூகத்தை நம்மால் உருவாக்க முடியும். அதற்கு இப்போதய தமிழ் சினிமா எவ்விதத்திலும் உதவுவதாக இல்லை. வயது வந்தவர்கள் மட்டுமே பார்க்க வேண்டிய படங்களைத் தமிழ்நாட்டின் எல்லா வீடுகளின் வரவேற்பறையிலும் தாத்தா பாட்டியிலிருந்து பேரன் பேத்தி வரை பார்த்துக் களிக்கிறார்கள்.

சிம்புவும் நயன்தாராவும் ஏன் பிரிந்தார்கள், சிம்புவும் அவருடைய முன்னாள் காதலியும் கடைசியாகப் பிரிந்தபோது என்ன பேசிக் கொண்டார்கள் என்பதைப் பதிவு செய்யப்பட்ட ஒலி நாடாவில் கேட்காத மாணவ மாணவியை நான் இன்னும் சந்திக்கவில்லை.

இதற்கெல்லாம் அடிப்படையான காரணம், குழந்தைகளுக்கான சினிமாவை நாம் உருவாக்கவில்லை. ஆனால் உலக மொழிகளில் நூற்றுக்கணக்கான எண்ணிக்கையில் குழந்தைகளுக்கான சினிமா உருவாக்கப்பட்டு வருகின்றன. அவற்றில் சில படங்களைப் பற்றிப் பார்ப்போம்.

E.T. *(அல்லது எக்ஸ்ட்ரா டெரஸ்ட்ரியல்)*: புகழ் பெற்ற ஹாலிவுட் இயக்குனர் ஸ்டீவன் ஸ்பீல்பர்க் இயக்கிய படம். பூமியிலுள்ள தாவரங்களைப் பற்றி ஆய்வு செய்வதற்காக வேற்றுக் கிரகத்தைச் சேர்ந்த சில உருவங்கள் பூமிக்கு வருகின்றன. அப்போது அவர்களிடமிருந்து பிரிந்து விடுகிறது ஒன்று.

இந்த வேற்றுக் கிரகவாசியை (ஈடி) எலியட் என்ற சிறுவன்

சந்திக்கிறான். நண்பர்களும், விளையாட்டும் இல்லாத அவனுக்கு ஈ.டி. நெருங்கிய நண்பனாகி விடுகிறது. ஈடியைத் தன் வீட்டுக்கு அழைத்து வந்து தன் தங்கைக்கும் அறிமுகப்படுத்தி வைக்கிறான். மாடியில் ஏதேதோ வினோதமான சத்தமெல்லாம் கேட்கிறதே என்று விசாரிக்கும் தன் அம்மாவிடமிருந்து ஈடியை மறைத்து வைக்கிறார்கள் இருவரும்.

ஏதோ ஒரு வேற்றுக்கிரக மொழி பேசும் ஈடிக்கு இருவரும் ஆங்கிலம் சொல்லித் தருகிறார்கள். இதற்கிடையில் ஈடி பற்றித் தெரிந்துகொண்ட அரசாங்கம் ஈடியைக் கைப்பற்ற முயற்சி செய்கிறது. அவர்களிடமிருந்து ஈடியைக் காப்பாற்றத் தன் சகோதரன் மைக்கேலுடன் திட்டமிடுகிறான் எலியட். ஈடியை அழைத்துக்கொண்டு சைக்கிளில் தப்புகிறது சிறுவர் கூட்டம்.

ஈடியை ஒரு காட்டுக்கு அழைத்துச் சென்றுவிட்டால் ஈடியின் சகாக்கள் விண்வெளிக் கப்பலில் வந்து அதை மீட்டுக்கொண்டு விடுவார்கள். போலீஸ் சிறுவர்களை நெருங்கி விடுகிறது. அப்போது பூலோகத்து மனிதர்களிடம் இல்லாத Telekinesis என்ற சக்தியைப் பயன்படுத்தி அப்படியே அந்தச் சிறுவர்களை அந்தரத்தில் பறக்கச் செய்து காட்டுக்குச் சென்று தன் கிரகத்துக்குத் தப்பி விடுகிறது ஈடி.

ஒரு சிறிதும் அலுப்புத் தட்டாத, படு விறுவிறுப்பான ஈடி வெறும் சாகசக் கதையாக மட்டும் இல்லாமல் எல்லா உயிர்களையும்

நேசிக்க வேண்டும் என்ற அருமையான செய்தியையும் உள்ளடக்கி இருக்கிறது. ஈடியுடன் ஏற்படும் நட்புக்குப் பிறகு எலியட் தன் பள்ளியில் தவளையைப் பரிசோதிப்பதற்காக அதை அறுக்கச் சொல்லும்போது எல்லாத் தவளைகளையும் தப்பிக்கச் செய்துவிடுகிறான்.

வால்ட் டிஸ்னி நிறுவனத்தால் உருவாக்கப்பட்ட *தி லயன் கிங்* என்ற கார்ட்டூன் படம் உலக அளவில் சிறுவர்களால் ரசிக்கப் பட்டது. இசை மற்றும் பாடல்களுக்காகவும் சிலாகிக்கப்பட்ட இந்தப் படத்தின் மூலம் ஷேக்ஸ்பியர் எழுதிய ஹேம்லட் நாடகம். இதுவரை வந்த கார்ட்டூன் படங்களிலேயே மிக அதிக வசூலைக் கொடுத்திருக்கும் படம் இது.

தசாவதாரத்தில் நாம் பார்த்த கேயாஸ் தியரிதான் இந்தப் படத்தின் அடிப்படை. இந்த உலகில் படைக்கப்பட்டுள்ள புழு பூச்சியிலிருந்து மான்கள் வரை எல்லாவற்றுக்குமே இந்தப் பிரபஞ்ச இயக்கத்தில் ஒரு பங்கு இருக்கிறது என்பதுதான் கேயாஸ் தியரி. இதில் வரும் சிங்க அரசன் இதைத் தனது மகனுக்குச் சொல்கிறான். உடனே மகன் கேட்கிறான்.

"ஆனால் தந்தையே, நாம் அந்த மான்களை அடித்துத் தின்றுவிடுகிறோமே?"

"ஆம்; மான்களை அடித்துத் தின்னும் நாம் வயதாகி இறந்து இந்த மண்ணோடு மண்ணாக மக்கிப் புற்களாக முளைக்கிறோம். அந்தப் புல்தான் மான்களின் உணவாகிறது."

வால்ட் டிஸ்னி நிறுவனத்தின் மற்றொரு சிறுவர் படம் *அலாவுதீன்*. நமக்கெல்லாம் தெரிந்த *அலாவுதீனும் அற்புத விளக்கும்* என்ற அரபிக் கதை. அக்ரபா என்ற நாட்டில் ஜாஸ்மின் என்ற இளவரசி வாழ்கிறாள். வெறும் பதவிக்காகவும், அந்தஸ்துக்காகவும் வேறோர் அரசனுக்கு மனைவியாக ஆவதை வெறுக்கும் ஜாஸ்மின், உண்மையான அன்பும், காதலும் உள்ளவனையே மணம் செய்து கொள்வதென்று முடிவு செய்கிறாள்.

அரண்மனையிலிருந்து தப்பி வெளியே வரும் ஜாஸ்மின் அலாவுதீனைச் சந்திக்கிறாள். அவர்கள் இருவரையும் கண்டுபிடித்துவிடும்

ஜாஃபர் என்ற அமைச்சன் அலாவுதீனைக் கைது செய்கிறான். அரசனைக் கொன்று விட்டு ஜாஸ்மினைத் திருமணம் செய்து கொள்ளலாம் என்று திட்டமிடுகிறான்.

இதற்கிடையில் அலாவுதீனுக்கு ஒரு அற்புத விளக்கு கிடைக்கிறது. அதைத் தேய்க்கும் போது ஒரு பூதம் வருகிறது. அவனுடைய மூன்று ஆசைகளை நிறைவேற்றி வைப்பதாகக் கூறுகிறது பூதம். அப்படி நிறைவேற்றி வைத்தால் பூதத்துக்கு விடுதலை அளித்துவிடுவதாக வாக்களிக்கிறான் அலாவுதீன்.

முதல் ஆசை, தான் ஒரு இளவரசனாகி ஜாஸ்மினை மணக்க வேண்டும். இளவரசனாகி சுல்தானின் அரண்மனைக்கு வரும் போது அவனைச் சிறை செய்து மலை உச்சியிலிருந்து கடலில் தள்ளி விடுகிறான் அமைச்சன். அப்போது அலாவுதீனின் கை எதேச்சையாக விளக்கில் பட்டு அவன் முன்னே தோன்றும் பூதம் அவனைக் காப்பாற்றி விடுகிறது.

மூன்றாவது ஆசையையும் பூதம் நிறைவேற்றி வைக்கும்போது அலாவுதீன் தான் வாக்களித்தபடி பூதத்துக்கு விடுதலை அளிக்காமல் ஏமாற்றிவிடுகிறான். அப்போது அந்த அற்புத விளக்கை அலாவுதீனிடமிருந்து திருடி விடும் ஜாஃபர் அதன் மூலம் பூதத்தைத் தனது அடிமையாக்கி சுல்தானையும் மற்றவர்களையும் சிறை வைக்கிறான்.

கடைசியில் அலாவுதீன் வென்று சுல்தானாகி, பூதத்துக்கு விடுதலை அளிப்பதாக முடிகிறது கதை.

நான் பார்த்த மற்றொரு அற்புதமான, மறக்கவே முடியாத சிறுவர் படம் *Jumanji*. இந்தப் படத்தின் கதையைச் சொல்வதை விட இதைப் பார்த்து அனுபவிப்பதுதான் நல்லது.

A Little Princess: சாரா என்பவள் ஒரு பிரிட்டிஷ் ராணுவ அதிகாரியின் மகள். அவள் பிறக்கும்போதே அவளுடைய அம்மா இறந்து விடுகிறார். சாரா இந்தியாவில் வளர்கிறாள். முதலாம் உலகப் போர் நடக்கும் கால கட்டம் அது. சாராவின் தந்தை போருக்குச் செல்வதால் சாரா நியூயார்க் நகரில் ஒரு குழந்தைகள் பள்ளியில் சேர்க்கப்படுகிறாள்.

மிகவும் கெடுபிடியான அந்தப் பள்ளிக்கூடமும், ஹாஸ்டலும் சாராவுக்கு ஒரு சிறையைப் போல் இருக்கின்றன. இதற்கிடையில் அவள் தந்தை போரில் இறந்துவிட்டதாகத் தகவல் வருகிறது. குடும்பச் சொத்துக்கள் அனைத்தும் அரசாங்கத்தின் வசம் சென்று விடுவதால் சாரா இந்தியா திரும்பி ஒரு வேலைக்காரியாக வாழ நேர்கிறது.

ராமனின் கதையும் சீதையின் கதையும் அவளுக்கு மிகப் பெரிய உந்துசக்தியைக் கொடுக்கின்றன. எவ்வளவு பெரிய துன்பம் நேர்ந்தாலும் ஒரு பெண் தனது சுய கௌரவத்தையும், வாழ்வின் மீதான நம்பிக்கையையும் இழக்கக் கூடாது என்று அந்தக் கதையின் மூலம் தெரிந்து கொள்கிறாள் சாரா.

இந்தப் படத்தின் முக்கியமான அம்சம் என்னவென்றால், எல்லா வசதிகளும் நிறைந்த நியூயார்க் போன்ற ஒரு அமெரிக்க நகரிலுள்ள பள்ளியில் படித்த போது கிடைக்காத சந்தோஷத்தை சாரா இந்தியாவில் ஒரு வேலைக்காரியாக வாழும் போது அனுபவிக்கிறாள் என்பதுதான். தனது மொழியையும், பாரம்பரி யத்தையும், மரபையும் பற்றி எதுவுமே தெரிந்து கொள்ளாமல் அமெரிக்காவின் படாடோபத்தை மட்டுமே பார்த்து வாய் பிளந்து, அமெரிக்கா செல்வதையே தமது லட்சியமாகக் கொண்ட அத்தனை சிறார்களும், இளைஞர்களும் பார்க்க வேண்டிய படம் இது.

ஒரு மனிதனின் மகிழ்ச்சிக்குத் தேவையானது பணம் மட்டும் அல்ல; கலாச்சார மேன்மையும், ஆன்மீக பலமும்தான் என்பதை வலுவாக முன்வைக்கிறது இந்தப் படம்.

ஹாரி பாட்டரை எழுதிய ஜே.கே.ரௌலிங் உலகம் முழுவதும் பிரபலமான சிறுவர் எழுத்தாளராக இருக்கலாம். ஆனால் அவரை விடத் தேர்ந்த ஒரு குழந்தை எழுத்தாளராகக் கருதப்படுபவர் ரொவால்ட் டால் (Roald Dahl). இவரது சிறுவர் படங்களைப் பார்ப்பதே ஒரு தனி அனுபவமாக இருக்கும். இவர் அளவுக்கு விறுவிறுப்பாகக் கதை சொல்பவர்களை என் அனுபவத்தில் நான் கண்டதில்லை. தமிழில் சுஜாதாவைச் சொல்லலாம்.

டாலின் பல குழந்தைக் கதைகள் சினிமாவாக எடுக்கப்பட்டிருக்கின்றன. *The Witches* என்று ஒரு படம். சிறுவன் ல்யூக் விடுமுறையைக் கழிக்க ஊருக்குப் போகிறான். அங்கே சூன்யக்காரிகளைப் பற்றி எச்சரித்து வைக்கிறாள் அவனுடைய பாட்டி. சூன்யக்காரிகளுக்குக் குழந்தைகளைப் பிடிக்காது. ஆனாலும் சூனியக்காரிகளை எளிதில் அடையாளம் கண்டுபிடித்து விடலாம். அவர்களுக்குக் கால்கள் தரையில் பாவாது.

ஊரைச் சுற்றிப் பார்க்கக் கிளம்புகிறான் ல்யூக். ஒரு இடத்தில் ஒரு பெரிய அரங்கத்தில் பலரும் கூடிப் பேசுவதைப் பார்க்கிறான். குழந்தைகள் மீதான கொடுமையை நிறுத்தக் கோரும் சங்கத்தினரின் கூட்டம் அது. ஆனால் கடைசியில்தான் தெரிகிறது அவர்கள் அத்தனை பேரும் சூன்யக்காரர்கள் என்று. சாக்லேட்டில் ஏதோ ஒரு பொடியைத் தடவி அதைக் குழந்தைகளிடம் கொடுத்து எல்லாக் குழந்தைகளையும் எலிகளாக மாற்றி விடுவதுதான் அவர்களின் திட்டம்.

இதைத் தெரிந்துகொண்டு வெளியேறும் போது ல்யூக் அவர்களிடம் மாட்டிக் கொள்கிறான். அவனிடமே அந்த சாக்லேட்டைக் கொடுக்கிறார்கள் சூனியக்காரர்கள். ல்யூக் எலியாக மாறுகிறான். கடைசியில் அவன் எப்படி மீண்டும் சிறுவனாக மாறி, மற்ற சிறுவர்களையும் சூன்யக்காரர்களிடமிருந்து தப்பிக்கச் செய்கிறான் என்பதே கதை.

டாலின் கதையில் வந்த மற்றொரு சுவாரசியமான படம், *Willy Wonka and the Chocolate Factory.* வில்லி வோங்கா என்பவர் ஒரு புகழ் பெற்ற சாக்லேட் நிறுவன அதிபர். அவர் குழந்தைகளுக்காக ஒரு பரிசை அறிவிக்கிறார். ஏதாவது ஐந்து பாக்கெட்டுகளில் ஐந்து தங்க டிக்கட்டுகள் வைக்கப்படும். அந்த டிக்கட்டுகளைக் கிடைக்கப் பெற்ற அதிர்ஷ்டசாலிகளுக்கு வோங்கா சாக்லேட் தொழிற்சாலை சுற்றிக் காண்பிக்கப்படும். இதுவரை அந்தத் தொழிற்சாலையில் வெளியாட்கள் யாருமே நுழைந்ததில்லை என்பதே அதன் விசேஷம்.

நான்கு டிக்கட்டுகள் நான்கு பணக்காரச் சிறுவர்களுக்கும், கடைசி டிக்கட் சார்லி என்ற ஏழைச் சிறுவனுக்கும் கிடைக்கிறது. ஆனால்

அந்தத் தொழிற்சாலையைச் சுற்றிப் பார்க்க வேண்டுமானால் அதற்கு ஏகப்பட்ட கட்டுப்பாடுகளும், விதிமுறைகளும் உண்டு. உதாரணமாக, அங்கே இருக்கும் சாக்லேட்டுகளை எடுத்துத் தின்னக் கூடாது. இவ்விதிகளை அந்த நான்கு சிறுவர்களும் மீறி விடுகிறார்கள். சார்லி மட்டுமே பொறுமையாக இருக்கிறான்.

உண்மையான போட்டி என்பது அந்தத் தங்க டிக்கட்டை வென்றது இல்லை; இப்போது தொழிற்சாலைக்குள் நடந்ததே அது. "பொறுமை, நேர்மை, பேராசை கொள்ளாதிருத்தல் போன்ற நற்பண்புகளைக் கொண்ட ஒரு சிறுவனை எனது வாரிசாகத் தேடிக்கொண்டிருந்தேன்; நீதான் அவன்" என்று கூறும் வேவோங்கா அந்தத் தொழிற்சாலையையே சார்லிக்குப் பரிசளிக்கிறார்.

குழந்தைகளுக்கான என்னுடைய அன்பான வேண்டுகோள் ஒன்று உண்டு. அது என்னவென்றால், பெரியவர்கள் செய்வதையே நீங்களும் பின்பற்ற வேண்டாம். பெரியவர்களுக்கான உலகம் வேறு; உங்களுக்கான உலகம் வேறு. அதைப் போலவேதான் தொலைக்காட்சி நிகழ்ச்சிகளும். பெரும்பாலான சீரியல்கள் பெரியவர்களே பார்ப்பதற்குத் தகுதியில்லாதவை. அப்படி இருக்கும் போது அதைக் குழந்தைகள் பார்க்கலாமா? சில சிறுவர் சேனல்கள் இருக்கின்றன. ஆனால் பல குழந்தைகள் அதிலேயே மணிக்கணக்கில் உட்கார்ந்து பார்ப்பதை நாம் காண்கிறோம். எதற்குமே மனிதன் 'அடிக்ட்' ஆவது அவனுக்கு நல்லதல்ல. நமக்காகத்தான் தொலைக்காட்சியே தவிர தொலைக்காட்சிக்காக நாம் அல்ல. இது பற்றி சில பெற்றோரும் குழந்தைகளைக் கண்டிப்பதைப் பார்த்திருக்கிறேன். ஆனால், சீரியல்களைப் பார்க்காமல் இருக்க முடியாத நாம் குழந்தைகளைக் கண்டிப்பதற்கு எவ்வளவு தகுதியுள்ளவர்களாக இருக்கிறோம் என்று நம்மைக் கேட்டுக்கொள்ள வேண்டும்.

என்னைப் பொறுத்தவரை நான் தொலைக்காட்சியைப் பார்ப்ப தில்லை. செய்திகளைக் கூட தினசரிகளில்தான் வாசிக்கிறேன். மிகவும் அரிதாகவே தொலைக்காட்சியின் பக்கம் செல்கிறேன்.

குழந்தைகள் தங்களுக்கான சினிமாவைத் தேடி எடுத்துக்கொள்ள வேண்டும். தொலைக்காட்சிப் பெட்டியில் வருவதையெல்லாம் பார்க்காமல், நமக்கு வேண்டியது அங்கே இருக்கிறதா என்று தேட வேண்டும். அதற்கு உதவி செய்யும் விதத்தில் அவர்களுக்கு நான் சில படங்களை சிபாரிசு செய்கிறேன்.

Willow (1988): ஃபாண்டசி என்று சொல்லக்கூடிய வகையைச் சேர்ந்தது இந்தப் படம். தன்னுடைய பிரஜைகளுக்குத் தாங்க முடியாத கஷ்டங்களைக் கொடுக்கும் அரசி ஒருத்தி வசிக்கும் கோட்டை. அந்தக் கோட்டையின் சிறைச்சாலையில் உள்ள ஒரு கைதிக்கு ஒரு குழந்தை பிறக்கிறது. அந்தக் குழந்தைதான் அந்தக் கொடுங்கோல் அரசியை அழிக்கப் போகிறாள் என்று சோதிடர்கள் சொல்லியிருக்கின்றனர். அரசிக்கு இது தெரிந்து அந்தக் குழந்தையைக் கொன்று விடுமாறு உத்தரவிடுகிறாள். ஆனால் அந்தக் குழந்தையை ஒரு பரிசலில் வைத்து ஆற்றில் விட்டுத் தப்பிக்க வைக்கிறாள் ஒரு பெண். குள்ளர்கள் வாழும் ஒரு ஊருக்கு வந்து சேரும் குழந்தையைக் காப்பாற்றுகிறான் வில்லோ.

இந்த ஊரில் வளர்ந்தால் குழந்தைக்கு அரசியால் மீண்டும் ஆபத்து வரும் என்று நினைத்து அதை எடுத்துக் கொண்டு வேறு ஊருக்குச் செல்லும் போது ஒரு குகையில் சிறை வைக்கப்பட்டிருக்கும் போர் வீரன் ஒருவனைக் காப்பாற்றுகிறான். இருவரும் குழந்தையுடன் கிளம்பி வரும்போது பலப்பல சாகசச் செயல்களைப் புரிகிறார்கள்.

படத்தின் முடிவை நீங்களே பார்த்துத் தெரிந்து கொள்வது நல்லது. படத்தில் ரெண்டு தலை நாகம், ராட்சசப் பல்லி என்று ஏகப்பட்ட விலங்குகள் வருகின்றன. தமிழ்ப் படங்களில் குள்ளர்கள் வெறும் கோமாளிகளாக மட்டுமே காண்பிக்கப் படுவது வழக்கம். மற்றவர்களின் உடல் குறை ஏளனத்துக்கு உரியதல்ல என்பதை இந்தப் படத்திலிருந்து நீங்கள் தெரிந்து கொள்ளலாம். கம்ப்யூட்டர் க்ராஃபிக்ஸ் உத்தியைப் பயன்படுத்தி வெளிவந்த முதல் படம் இது.

Home Alone (1990): நான் சிறுவனாக இருந்தபோது வீட்டிலிருந்து

இரண்டு கிலோமீட்டர் தூரத்தில் உள்ள பள்ளிக்கூடத்திற்கு மற்ற பிள்ளைகளைப் போல் நடந்தே செல்வதுதான் வழக்கம். காலில் செருப்பு கூடக் கிடையாது. கல்லூரியில் சேர்ந்த பிறகுதான் செருப்பு கிடைத்தது. அந்தப் பள்ளிக்கூடத்திற்கு வேறு சில பக்கத்து கிராமங்களிலிருந்து ஐந்து கிலோ மீட்டர் தூரத்தில் இருந்தெல்லாம் பிள்ளைகள் நடந்து வருவார்கள். படிக்க வேண்டுமானால் அக்குழந்தைகள் ஐந்தும் ஐந்தும் பத்து கி.மீ. தூரம் நடக்க வேண்டும். இப்போதும் கூட தமிழ்நாட்டின் பல பகுதிகளில் மாணவர்கள் அப்படி பல கி.மீ. தூரம் நடந்துதான் பள்ளிகளுக்குச் சென்று கொண்டிருக்கிறார்கள். ஆனால், நகரங்களில் என்ன நடக்கிறது? ஒரு பர்லாங் தூரத்தில் உள்ள பள்ளிக்கூடத்திற்குக்கூட பெற்றோர் தங்கள் குழந்தைகளை டூ வீலரில் கொண்டுபோய் விடுவதைப் பார்க்கிறோம். ஒன்பதாம் வகுப்பு படிக்கும் ஒரு மாணவன் அல்லது மாணவிக்குத் தன்னு டைய பள்ளிக்குத் தனியாகச் செல்லத் தெரியாதா? இப்படியாக, குழந்தைகளை சுயமாக சிந்திக்கவும், எந்த வேலையையும் சுயமாகச் செய்யவும் அனுமதிப்பதில்லை. இந்தப் பின்னணியில் இந்தப் படத்தைப் பார்ப்போம்.

எட்டு வயதுச் சிறுவன் கெவினுக்கும் அவனுடைய அண்ணனுக்கும் சண்டை. கெவினுக்குத் தாங்க முடியாத கோபம். என்ன செய்வ தென்று தெரியவில்லை. இந்தப் பெரியவர்கள் யாருமே இல்லாமல் இவ்வளவு பெரிய வீட்டில் தான் மட்டும் இருந்தால் அது எவ்வளவு நன்றாக இருக்கும் என்று நினைத்துப் பார்க்கிறான். தனிக்காட்டு ராஜா. தன்னைக் கண்டிக்கவும், அதிகாரம் பண்ணவும் யாருமே இல்லை. ஆகா, நினைக்கும்போதே அந்தக் கற்பனை இனிக்கிறது.

மறுநாள் காலை எல்லோரும் கிறிஸ்துமஸ் லீவுக்காக ஃப்ரான்ஸ் செல்ல இருக்கிறார்கள். அப்போது விமானத்தைப் பிடிக்கும் அவசரத்தில் கிளம்பும் பெரியவர்களுக்கு, கெவினும் அவர்களுடன் வரவில்லை என்பது தெரியாமல் போகிறது.

ஃப்ரான்ஸ் சென்று சேர்ந்த பிறகுதான் கெவின் தங்களுடன் இல்லை என்பதே அவர்களுக்குத் தெரிகிறது. இவ்வாறு, பூட்டிய

வீட்டில் மாட்டிக்கொண்ட கெவினுக்கு முதல் நாள் சுவாரசிய மாகக் கழிகிறது. ஃப்ரிட்ஜில் உள்ள பொருட்களை எடுத்து வைத்துத் தின்றுகொண்டு பொழுதைப் போக்குகிறான். ஆனால் அந்த மகிழ்ச்சி நீண்ட நேரம் நீடிக்கவில்லை.

அந்த வீட்டுக்கு இரண்டு கொள்ளைக்காரர்கள் வந்து விடுகின் றனர். இதை கெவின் எப்படி சமாளிக்கிறான் என்பதே கதை. ஒவ்வொரு சிறுவரும் பார்க்க வேண்டிய படம் இது.

Beethoven (1992): ஒரு வீட்டில் நாயோ பூனையோ இருந்தால் அந்த வீட்டின் சந்தோஷம் கூடி விடும். மனிதர்கள் தராத சந்தோஷத்தை நாய் கொடுக்கும். வீட்டில் உயர் ரத்த அழுத்தம் உள்ளவர்கள் இருந்தால் அந்த வீட்டில் ஒரு நாயை வளர்த்துப் பாருங்கள். அவரது ரத்த அழுத்தம் குறைந்துவிடும்.

பீத்தோவன் என்ற இந்தப் படம் செய்ண்ட் பெர்னார்ட் என்ற உயர் வகை நாய் பற்றியது. பீத்தோவனை இரண்டு திருடர்கள் திருடிக் கொண்டுவந்து விடுகின்றனர். ஆனால் பீத்தோவன் அவர்களிடமிருந்து தப்பி ஜார்ஜ் என்பவரின் வீட்டுக்கு வந்து விடுகிறது. அவருக்கு அந்த நாயை வளர்ப்பதில் விருப்பமில்லை. ஆனால் அவர் மனைவி ஆலிஸுக்கும் குழந்தைகளுக்கும் பீத்தோவனைப் பிடித்திருக்கிறது. நாய் டாக்டராக வரும் ஹெர்மன்தான் படத்தின் வில்லன். அவரால் பீத்தோவனுக்கு பல்வேறு பிரச்சினைகள் ஏற்படுகின்றன. எல்லாவற்றையும் மீறி வருகிறது பீத்தோவன். கடைசியில் ஜார்ஜின் மனதையும் கவர்கிறது.

உலகிலேயே மிக வலிமையான நாய் செய்ண்ட் பெர்னார்ட். மூன்று அடி உயரமும், 110 கிலோ எடையும் கொண்டது. ஆனால் குழந்தைகளுக்கு மிகப் பிடித்தமான நாய் இனம் இது. செய்ண்ட் பெர்னார்டுக்கும் குழந்தைகள் என்றால் பிரியம் அதிகம். விலை கொஞ்சம் அதிகம்தான். ரூ. 30,000 இலிருந்து 40,000 வரை இருக்கும். ஆனால் பள்ளியில் சேர்ப்பதற்கு எவ்வளவோ செலவு செய்யும் உங்கள் பெற்றோரை செய்ண்ட் பெர்னார்ட் வாங்கித் தரச் சொல்லி நீங்கள் தொந்தரவு செய்யலாம்; தப்பில்லை. அல்லது, கொஞ்சம் குறைந்த விலையில் லாப்ரடார் இன

நாயை வாங்கிக் கொள்ளலாம். எதுவுமே இல்லாவிட்டால் ஒரு நாட்டு நாயைக்கூட வளர்க்கலாம்.

மேலே குறிப்பிடப்பட்டுள்ள சிறுவர் படங்களெல்லாம் குழந்தைகள் மட்டுமன்றி பெரியவர்களும் பார்த்து இன்புறத்தக்கவை என்பது எனது சொந்த அனுபவம்.

நவம்பர் 16, 2008

சாரு நிவேதிதா

18.12.1953இல் திருவாரூர் மாவட்டத்தில் திருத்துறைப்பூண்டிக்கு அருகில் உள்ள இடும்பாவனம் என்ற ஊரில் பிறந்தார். வளர்ந்ததும் பள்ளிப் படிப்பும் நாகூரில். கல்லூரிப் படிப்பு காரைக்கால், தஞ்சாவூர், திருச்சி. கல்லூரிப் படிப்பை முடிக்கவில்லை. சென்னையில் ஒரு ஆண்டு சிறைத்துறையில் எழுத்தர் பணி. 1978இலிருந்து 1990 வரை தில்லி நிர்வாகம் - சிவில் சப்ளைஸ் துறையில் ஸ்டெனோ. பின்னர் பனிரண்டு ஆண்டுகள் தமிழ்நாடு அஞ்சல் துறையில் பணி. 2002இலிருந்து முழுநேர எழுத்து.

இகனாமிக் டைம்ஸ் நாளிதழின் அகில இந்தியப் பதிப்பில், 2001 - 2010 என்ற பத்தாண்டுகளின் சாதனையாளர் பட்டியலில் தமிழகத்திலிருந்து இடம் பெற்ற இரண்டு பேர்களில் ஒருவர் சாரு நிவேதிதா.

இவரது நாவல் ‘ஸீரோ டிகிரி’ Jan Michalski சர்வதேசப் பரிசுக்குப் பரிந்துரைக்கப்பட்டது. ஹார்ப்பர் காலின்ஸ் தொகுத்த, இந்தியாவின் ஐம்பது முக்கிய புத்தகங்களில் ஒன்றாகவும் தேர்ந்தெடுக்கப்பட்டது.

ஆங்கிலப் பத்திரிகைகளில் இவர் எழுதும் கட்டுரைகள் சர்வதேச அளவில் கவனம் பெற்றவை. லண்டனிலிருந்து வெளியாகும் PS Publication-இன் Exotic Gothic தொகுதியில் இவரது Diabolically Yours என்ற பேய்க்கதை ஆங்கிலத்தில் வெளியாகி உள்ளது. தற்சமயம் லண்டனிலிருந்து வெளிவரும் ArtReview Asia என்ற பத்திரிகையில் தொடர் கட்டுரை எழுதி வருகிறார்.

இவரது எழுத்தை ஆங்கில விமர்சகர்கள் விளதிமீர் நபக்கோவ், வில்லியம் பர்ரோஸ், கேத்தி ஆக்கர் போன்ற எழுத்தாளர்களோடு ஒப்பிடுகிறார்கள். உலகின் முக்கியமான transgressive வகை எழுத்தாளர்களில் ஒருவராகக் கருதப்படுகிறார் சாரு நிவேதிதா. தற்போது சென்னையில் வசிக்கிறார்.

ஆசிரியரின் பிற நூல்கள்

நாவல்

1. எக்ஸிஸ்டென்ஷியலிஸமும் ஃபேன்சி பனியனும்
2. ஸீரோ டிகிரி
3. ராஸ லீலா
4. காமரூப கதைகள்
5. தேகம்
6. எக்ஸைல்

ஆங்கிலத்தில் கிடைக்கும் நூல்கள்

1. Zero Degree - Novel
2. Marginal Man - Novel
3. Morgue Keeper - Selected Short Stories
4. Unfaithfully Yours - Collection of Articles
5. Towards a Third Cinema
6. To Byzantium: A Turkey Travelogue

சிறுகதைத் தொகுப்பு

1. கர்னாடக முரசும் நவீன தமிழ் இலக்கியத்தின் மீதான ஓர் அமைப்பியல் ஆய்வும்
2. நேநோ
3. மதுமிதா சொன்ன பாம்பு கதைகள்
4. ஷேக்ஸ்பியரின் மின்னஞ்சல் முகவரி
5. ஊரின் மிக அழகான பெண் (மொழி பெயர்ப்புச் சிறுகதைகள்)
6. முத்துக்கள் பத்து (தேர்ந்தெடுத்த சிறுகதைகள்)
7. Diabolically Yours - Exotic Gothic Vol-2 இல் வெளிவந்த சிறுகதை

நாடகம்

ரெண்டாம் ஆட்டம்

கட்டுரைத் தொகுப்பு

1. கோணல் பக்கங்கள் - பாகம் 1
2. கோணல் பக்கங்கள் - பாகம் 2
3. கோணல் பக்கங்கள் - பாகம் 3
4. கலகம் காதல் இசை
5. வாழ்வது எப்படி?
6. எனக்குக் குழந்தைகளைப் பிடிக்காது
7. கனவுகளின் மொழிபெயர்ப்பாளன்
8. கடவுளும் நானும்
9. மூடுபனிச் சாலை
10. ஆஸாதி... ஆஸாதி... ஆஸாதி...

11. தப்புத் தாளங்கள்
12. வரம்பு மீறிய பிரதிகள்
13. தாந்தேயின் சிறுத்தை
14. கடவுளும் சைத்தானும்
15. கலையும் காமமும்
16. மலாவி என்றொரு தேசம்
17. கெட்ட வார்த்தை
18. மனம் கொத்திப் பறவை
19. எங்கே உன் கடவுள்?
20. கடைசிப் பக்கங்கள்
21. பழுப்பு நிறப் பக்கங்கள் (பாகம் - 1)
22. பழுப்பு நிறப் பக்கங்கள் (பாகம் - 2)
23. பழுப்பு நிறப் பக்கங்கள் (பாகம் - 3)
24. சரசம் சல்லாபம் சாமியார்
25. வேற்றுலகவாசியின் டயரிக் குறிப்புகள்
26. நிலவு தேயாத தேசம்
27. மழையா பெய்கிறது?
28. மெதூஸாவின் மதுக்கோப்பை
29. நாடோடியின் நாட்குறிப்புகள்
30. திசை அறியும் பறவைகள்
31. அதிகாரம் அமைதி சுதந்திரம்

சினிமா

1. லத்தீன் அமெரிக்க சினிமா - ஓர் அறிமுகம்
2. சினிமா: அலைந்து திரிபவனின் அழகியல்
3. நரகத்திலிருந்து ஒரு குரல்
4. கனவுகளின் நடனம்

கேள்வி - பதில்

1. அருகில் வராதே
2. அறம் பொருள் இன்பம்

நேர்காணல்

1. ஒழுங்கின்மையின் வெறியாட்டம்
2. இச்சைகளின் இருள்வெளி (நளினி ஜமீலாவுடன் ஒரு உரையாடல்)

இணையதளம்

www.charuonline.com
www.charunivedita.com

www.ingramcontent.com/pod-product-compliance
Ingram Content Group UK Ltd.
Pitfield, Milton Keynes, MK11 3LW, UK
UKHW042016190726
13854UKWH00005B/2308

9 789387 707542